ERSTE AUSGABE - Veröffentlicht 2022

Extra Grafikmaterial von: www.freepik.com
Dank an: Alekksall, Starline, Pch.vector, Rawpixel.com, Vectorpocket, Dgim-studio, Upklyak, Macrovector, Stockgiu, Pikisuperstar & Freepik.com Designers

5 TIPPS FÜR DEN ANFANG!

1) LÖSUNG DER RÄTSEL

Die Puzzles haben ein klassisches Format :

- Die Wörter sind ohne Abstand, Bindetrich usw… versteckt
- Richtung : vor-& rückwärts, auf & ab oder in der Diagonale (beider Richtungen)
- Die Wörter können übereinanderliegen oder sich kreuzen

2) AKTIVES LERNEN

Neben jedem Wort ist ein Abstand vorgesehen zum Aufschreiben der Übersetzung. Um ihre Kenntnisse zu überprüfen und zu erweitern befindet sich am Ende des Buches ein **WÖRTERBUCH**. Suchen sie die Übersetzungen, schreiben sie sie auf, dann können sie sie in den. Puzzles suchen und ihrem Wortschatz hinzufügen.

3) ANZEICHNUNG DER WÖRTER

Haben sie schon einmal versucht eine Anzeichnung zu verwenden? Sie könnten zum Beispiel die Wörter, die schwer zu finden sind, ankreuzen, die Wörter, die sie lieben, mit einem Stern, neue Wörter mit einem Dreieck, seltene Wörter mit einem Diamant usw … anzeichnen

4) IHR LERNEN ORGANISIEREN

Am Ende dieser Ausgabe bieten wir auch ein praktisches **NOTIZBUCH** an. Ob im Urlaub, auf Reisen oder zu Hause, sie können ihr neues Wissen ganz einfach organisieren, ohne ein zweites Notizbuch zu benötigen!

5) SIND SIE AM SCHLUSS ?

Gehen sie zum Bonusbereich : **MONSTER-HERAUSFÖRDERUNG,** um ein kostenloses Spiel zu finden, das am Ende dieser Ausgabe angeboten wird !

Lust auf mehr Spaß und **Lernaktivitäten**? Schnell und einfach : eine ganze Spielbuchsammlung mit einem einzigen Klick erhaltbar :

Mit diesem Link finden sie ihre nächste Herausforderung :

BestActivityBooks.com/MeineNachsteWortsuche

Achtung, fertig, …. Los !!

Wussten sie, dass es auf der Welt ungefähr 7.000 verschiedene Sprachen gibt ? Wörter sind kostbar.

Wie lieben Sprachen und haben schwer daran gearbeitet, die Bücher von höchster Qualität für sie zu entwerfen. Unsere Zutaten ?

Eine Auswahl von angepassten Lernthemen, drei große Scheiben Spaß, dann fügen wir einen Löffel schwieriger Wörter und eine Prise seltener Wörter hinzu. Wir servieren sie mit Sorgfalt und ein Maximum an Freude, damit sie die besten Wortspiele lösen und Spaß am Lernen haben.

Ihre Meinung ist wichtig. Sie können aktiv zum Erfolg dieses Buches beitragen, indem sie uns eine Bemerkung hinterlassen. Sagen sie uns, was ihnen an dieser Ausgabe am besten gefallen hat !!

Hier ist ein kurzer Link, der sie zu ihrer Bewertungsseite führt

BestBooksActivity.com/Rezension50

Vielen Dank für ihre Hilfe und viel Spaß

Linguas Classics

1 - Gesundheit und Wellness #2

ถ	ย	อ	อ	ะ	ณ	ค	ร	โ	ค	อ่	พ	ษ	น
น	ท	า	พ	ท	ซ	ว	ช	า	ธ	อี	ก	ล	ว
ญ	ด	ห	ล	า	บ	า	ย	พ	ง	ร	โ	ว	ด
ผ	อ	า	ท	ธ	ย	ม	อ้	า	น	อ	ข	อุ	ส
พ	อี	ร	ช	ค	ฉ	ก	แ	ง	จ	ล	ส	ซ	ง
จ	ล	ซ	ะ	ฉ	ซ	ร	ณ	ผ	น	ค	น	ส	พ
ร	เ	อ็	ว	ไ	ช	ะ	ภ	ห	ง	แ	ค	อ	ต
ส	ก	ช	ง	ช	ะ	ห	ค	อุ	ย	ข	พ	จ	น
จ	ส	ผ	ฟ	ง	ง	า	ส	ศ	ม	ก	จ	ล	บ
ม	ก	อี	ฟ	า	ย	ด	ย	จ	อิ	จ	ศ	ว
ก	น	อ้	ห	อำ	อ้	น	า	น	ณ	ณ	แ	จ	ภ
ก	า	ร	ต	อิ	ด	เ	ช	อื	อ้	อ	ธ	พ	ซ
ค	ว	า	ม	เ	ค	ร	อี	ย	ด	อ	เ	ท	อ้
ค	ว	า	ม	เ	ส	อี	อ่	ย	ง	พ	น	ผ	น

ภูมิแพ้	แคลอรี่
ความกระหาย	โรงพยาบาล
เลือด	โรค
อาหาร	นวด
พลังงาน	ความเสี่ยง
น้ำหนัก	นอน
สุขอนามัย	กีฬา
การติดเชื้อ	ความเครียด

2 - Ozean

น	ป	ะ	ก	า	ร	ั	ง	ฟ	ต	บ	ป	ส	ก
ป	้	อ	ช	ถ	ช	ค	อ	ช	อ	า	ู	ว	ุ
ล	ม	ำ	ฉ	ท	ช	ล	ก	ก	ือ	ง	บ	า	้
า	ฟ	ข	ข	ล	ไ	ื อ	อ	ห	ร	ศ	น	ฬ	ง
ห	จ	ง	บ	ึ	บ	่	ผ	ง	เ	ถ	า	้	ฟ
ม	า	ล	ฉ	ข	ั	น	ล	ช	ร	ป	ข	น	ำ
ึ	ห	ห	ฉ	ถ	ฉ	น	พ	ไ	ไ	ย	ค	ผ	ภ
ก	อ	ไ	ณ	ส	ซ	า	น	า	น	่	ุ	ท	ย
ย	ย	า	ไ	ข	ม	ม	ะ	้	ย	ร	ฝ	พ	ช
้	น	ล	ม	เ	ก	ล	ือ	อ	ำ	ุ	พ	พ	ผ
ก	า	ป	ช	ม	ญ	โ	ส	ง	ณ	ล	ไ	ร	า
ษ	ง	ซ	ว	ห	ป	า	ส	ม	ไ	ต	ง	ือ	ร
์	ร	จ	ม	ะ	ล	ล	ผ	อ	พ	ณ	ก	ฟ	า
ร	ม	ก	ไ	ไ	า	ป	เ	ต	่	า	ท	ะ	ณ

ปลาไหล
หอยนางรม
เรือ
ปลาโลมา
ปลา
กุ้ง
น้ำขึ้นน้ำลง
ฉลาม
ปะการัง
ปู

ปลาหมึกยักษ์
รีฟ
เกลือ
เต่า
ฟองน้ำ
พายุ
ทูน่า
วาฬ
คลื่น

3 - Meditation

```
ค ว า ม ส น ใ จ ค ภ ธ ส ส ค
ด น ต ร ี ข ช อ ว เ ร ั ค ว
ค ส ก ก ต ด ข ถ า ร ร น ว า
ว ร า า ี เ ด เ ม ี ม ต า ม
า า ร ร ่ ต ค ฉ ค ย ช ิ ม เ
ม ว ย ห น ว ว ด ิ น า ภ ก ง
ช ง อ า บ ต า ฉ ด ร ต า ต ี
ั ค ม ย า ง ม ค ว ุ ิ พ ั ย
ด ญ ร ใ ถ อ ส ห ำ ั ะ ล ญ บ
เ จ ั จ พ ม ฺ ใ ข ส ฉ ถ ญ บ
จ ิ บ น ไ ม ข ม จ ป อ ใ ุ ก
น ต ะ ต ฝ ฺ ณ บ ญ ะ ฝ น น ศ
ช ด า ต ต ม เ ม า ว ค ธ ฉ บ
ก า ร เ ค ล ื ่ อ น ไ ห ว อ
```

การยอมรับ   ความชัดเจน

การหายใจ   คำสอน

ความสนใจ   เรียนรู้

การเคลื่อนไหว   ดนตรี

ความกตัญญ   ธรรมชาติ

ความเมตตา   มุมมอง

สันติภาพ   สงบ

ความคิด   ความเงียบ

จิต   ใจ

ความสุข   ตื่น

4 - Archäologie

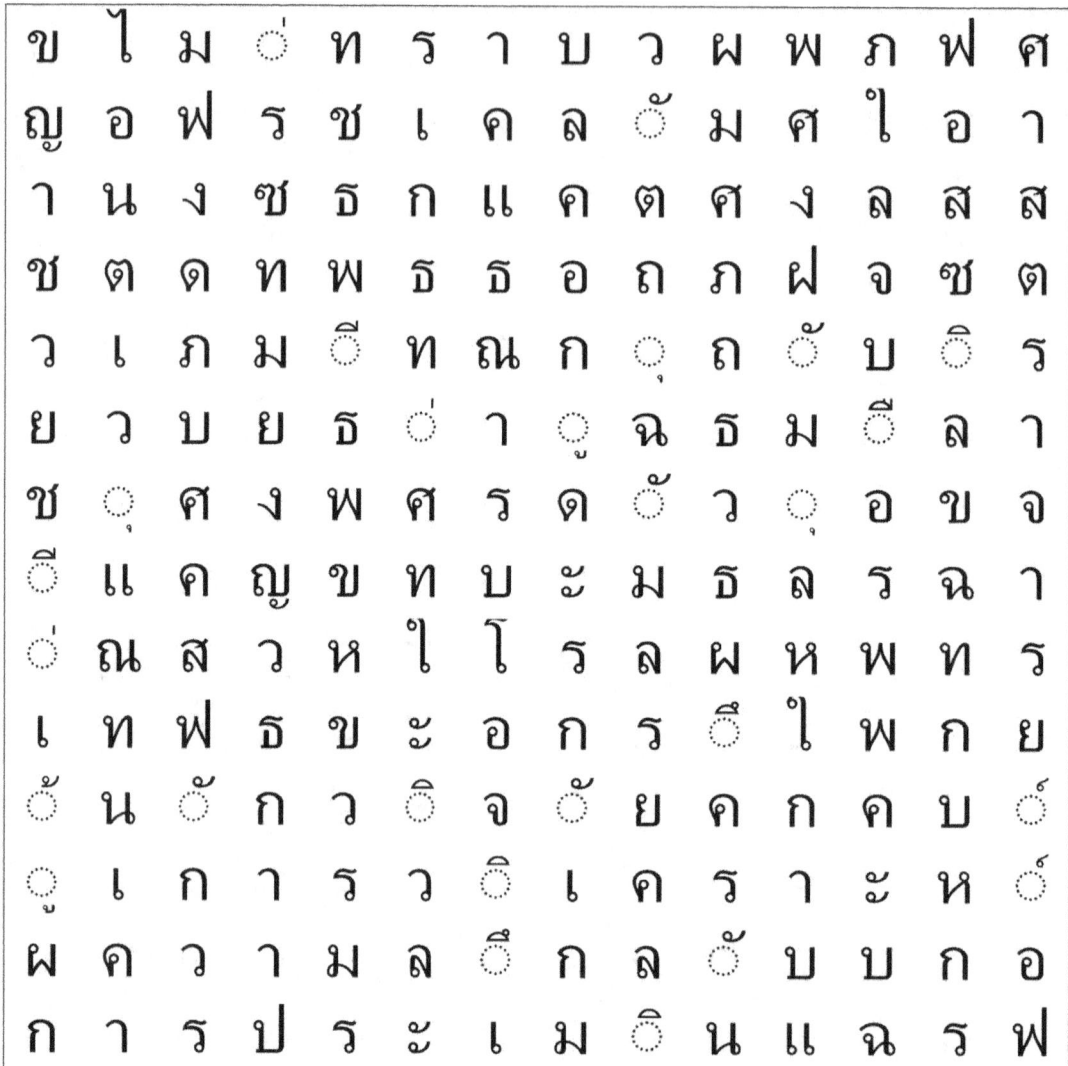

ข	ไ	ม	อ่	ท	ร	า	บ	ว	ผ	พ	ภ	ฟ	ศ
ญ	อ	ฟ	ร	ช	เ	ค	ล	ตั้	ม	ศ	ใ	อ	า
า	น	ง	ซ	ธ	ก	แ	ค	ต	ศ	ง	ล	ส	ส
ช	ต	ด	ท	พ	ธ	ธ	อ	ถ	ภ	ฝ	จ	ซ	ต
ว	เ	ภ	ม	ี	ท	ณ	ก	ุ	ถ	วั	บ	ิ	ร
ย	ว	บ	ย	ธ	อ่	า	ุ	ฉ	ธ	ม	ื	ล	า
ช	ุ	ศ	ง	พ	ศ	ร	ด	วั	ว	ุ	อ	ข	จ
ี	แ	ค	ญ	ข	ท	บ	ะ	ม	ธ	ล	ร	ฉ	า
อ่	ณ	ส	ว	ห	ไ	โ	ร	ล	ผ	ห	พ	ท	ร
เ	ท	ฟ	ธ	ข	ะ	อ	ก	ร	ึ	ไ	พ	ก	ย
อ้	น	วั	ก	ว	ิ	จ	วั	ย	ค	ก	ค	บ	อ์
ุ	เ	ก	า	ร	ว	ิ	เ	ค	ร	า	ะ	ห	อ์
ผ	ค	ว	า	ม	ล	ึ	ก	ล	วั	บ	บ	ก	อ
ก	า	ร	ป	ะ	เ	ม	ิ	น	แ	ฉ	ร	ฟ

การวิเคราะห์ ทีม
การประเมิน วัตถุ
ยุค ศาสตราจารย์
ผู้เชี่ยวชาญ ของที่ระลึก
นักวิจัย วัด
ฟอสซิล ไม่ทราบ
ความลึกลับ โบราณ
หลุมฝังศพ ลืม
กระดูก

5 - Insekten

ษ ศ ย ศ ต ย ◌ฺ ง พ ม ญ แ จ ม
เ ค บ ไ ◌ั เ ถ ซ ล น ถ ศ ◌ั บ
ไ ใ ช ษ ว เ ต ◌่ า ท อ ง ก น
ใ ม เ ข อ อ แ ถ ธ ล ◌่ เ จ ถ
ด ◌้ ว ง ◌่ า ณ ต ฉ บ ต พ ◌้ ข
ม อ ท ก อ ป ไ ฟ ร ◌็ พ ล ◌่ บ
ธ ะ ม แ น แ น อ น ห ผ ◌ื น ศ
แ ผ ส ญ ไ ม ต ษ พ เ อ ◌้ ไ ฟ
ม ◌ื ญ ถ ไ ล แ ก ป ไ ช ย ก ธ
ล ◌้ ต ไ ด ง น แ ฉ า ช ล ธ ณ
ง ง ซ ป ฉ ป ต น ต แ ก ◌็ ◌ั ต
ส ล ซ บ ล อ แ เ ต น ป ว ส ผ
า ว น ม อ ว ง ผ ◌ี เ ส ◌ี ◌้ อ
บ บ ไ ท ฝ ไ ก พ ง ฟ บ ธ อ า

มด	แมลงปอ
ผึ้ง	เต่าทอง
เพลี้ย	มอด
เห็บ	ยุง
กงแตนแตน	ผีเสื้อ
ตั๊กแตน	ปลวก
แตน	ต่อ
แมลงสาบ	หนอน
ด้วง	จักจั่น
ตัวอ่อน	

6 - Gesundheit und Wellness #1

ค	ม	ว	แ	ผ	ก	◌ู้	ด	ะ	ร	ก	ญ	เ	ญ
ล	ข	ล	ะ	ฟ	ซ	ไ	ค	ศ	ค	า	ย	ส	น
◌ิ	ผ	◌่	อ	น	ค	ล	า	ย	ว	ร	ไ	◌้	ท
น	ผ	ค	ก	เ	ฝ	บ	ช	ส	า	บ	ว	น	า
◌ิ	◌ิ	แ	ร	า	บ	ษ	ผ	◌้	ม	◌ำ	ร	ป	ง
ก	ว	ง	◌้	ค	ร	า	ค	◌ิ	ส	บ	◌้	ร	ก
◌ั	ล	อ	า	น	ว	ร	ด	น	◌ุ	◌้	ส	ะ	า
ห	ผ	◌่	น	ช	ส	า	◌้	เ	ง	ด	ศ	ส	ร
ก	ผ	ล	ข	ศ	ใ	ศ	ม	ก	จ	ป	ต	า	แ
ต	ษ	ค	า	ไ	ไ	ะ	า	ห	ษ	◌็	ฉ	ท	พ
แ	ด	ท	ย	ฟ	ห	ว	ห	ว	◌ิ	า	บ	น	ท
ส	ไ	ภ	ย	ศ	ม	ฝ	ง	แ	ใ	ว	ะ	ฟ	ย
ะ	ศ	ฉ	า	น	อ	◌้	ท	ะ	ส	ท	ว	ฟ	◌์
แ	บ	ค	ท	◌ี	เ	ร	◌ี	ย	ศ	า	ไ	ผ	บ

คล่องแคล่ว · ความหิว
ร้านขายยา · คลินิก
หมอ · กระดูก
แบคทีเรีย · ยา
การรักษา · ทางการแพทย์
ผ่อนคลาย · เส้นประสาท
แตกหัก · สะท้อน
นิสัย · การบำบัด
ผิว · บาดเจ็บ
ความสูง · ไวรัส

7 - Obst

ร	เ	ไ	จ	ร	ท	ว	ว	แ	ช	เ	ม	เ	ม
อี	ม	อั	ล	พ	เ	ผ	ภ	อ	ล	น	ะ	ช	ะ
อ่	ล	อั้	ง	ธ	ญ	เ	ต	ป	จ	ค	ล	อ	น
ร	อ	ค	ส	ธ	แ	แ	ผ	ร	ษ	ท	ะ	ร	า
อ์	น	อ่	อุ	ง	อ	ท	ป	อิ	ช	า	ก	อ์	ว
อ	า	โ	ว	ค	า	โ	ด	ค	ว	ร	อ	ร	ร
บ	แ	ค	ไ	ะ	ซ	ถ	ร	อ	ช	อี	พ	อี	อ์
เ	อ	ฟ	ฉ	ง	แ	ฟ	อี	ท	อ	น	อ่	อ่	พ
ก	ป	ส	ป	ภ	อ	ณ	อ่	ซ	ภ	น	น	อี	แ
อ็	เ	ก	ล	อ้	ว	ย	อ์	แ	ไ	ล	ร	ไ	ก
ล	ป	ษ	ม	ม	ะ	พ	ร	อ้	า	ว	ธ	า	อู
บ	อิ	ร	อี	อ่	อ์	ร	อ	บ	เ	ส	า	ร	ล
แ	อ้	ป	า	ภ	น	พ	บ	ล	ห	ต	ท	ร	ถ
น	ล	ฟ	ฟ	ศ	ม	ถ	เ	ธ	อ	ะ	ป	ท	ค

แอปเปิ้ล	มะพร้าว
แอปริคอท	เมลอน
อาโวคาโด	เนคทารีน
กล้วย	ส้ม
เบอร์รี่	มะละกอ
ลูกแพร์	พีช
แบล็กเบอร์รี่	พลัม
ราสเบอร์รี่	องุ่น
เชอร์รี่	มะนาว
กีวี่	

8 - Camping

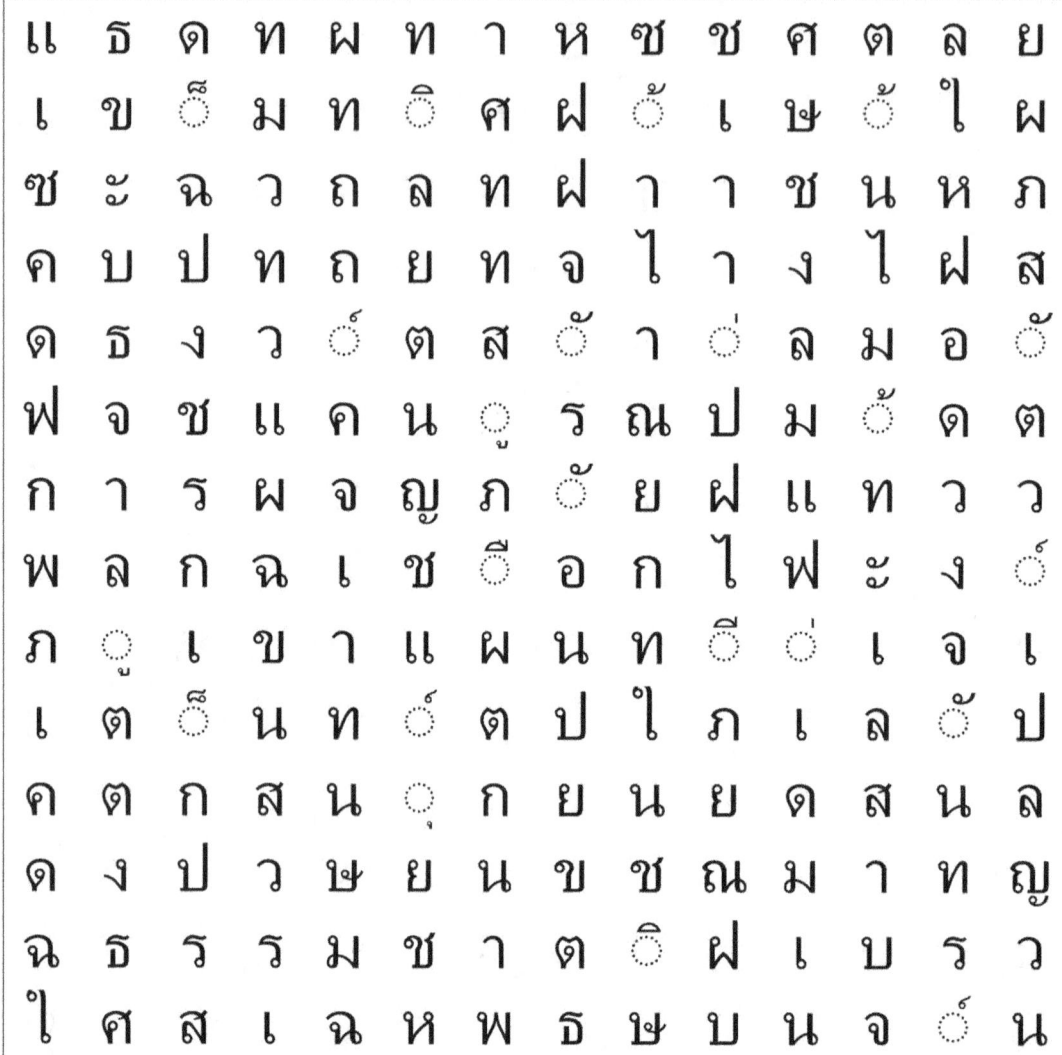

แ ธ ด ท ผ ท า ห ซ ช ศ ต ล ย
เ ข ็ ม ท ิ ศ ฝ ้ เ ษ ์ ไ ผ
ซ ะ ฉ ว ถ ล ท ฝ า า ช น ห ภ
ค บ ป ท ถ ย ท จ ไ า ง ไ ฝ ส
ด ธ ง ว ์ ต ส ั า ่ ล ม อ ์
ฟ จ ช แ ค น ู ร ณ ป ม ้ ด ต
ก า ร ผ จ ญ ภ ั ย ฝ แ ท ว ว
พ ล ก ฉ เ ช ื อ ก ไ ฟ ะ ง ์
ภ ุ เ ข า แ ผ น ท ื ่ เ จ เ
เ ต ็ น ท ์ ต ป ไ ภ เ ล ์ ป
ค ต ก ส น ฺ ก ย น ย ด ส น ล
ด ง ป ว ษ ย น ข ช ณ ม า ท ญ
ฉ ธ ร ร ม ช า ต ิ ฝ เ บ ร ว
ไ ศ ส เ ฉ ห พ ธ ษ บ น จ ์ น

การผจญภัย	แผนที่
ต้นไม้	เข็มทิศ
ภูเขา	ดวงจันทร์
ไฟ	ธรรมชาติ
เปลญวน	ทะเลสาบ
หมวก	เชือก
แมลง	สนุก
ล่าสัตว์	สัตว์
ห้าง	ป่า
แคนู	เต็นท์

9 - Zeit

ต ถ ต อ น น ือ อ้ อ ห า เ พ ผ
เ ม อื อ่ อ ว า น บ ล ไ ช ซ ฟ
น อื ค ง า ล ก ษ บ อ้ ว อ้ ย ร
อ้ ค ง ย ง ใ ฟ อื ท ง ร า ส ะ
ว ผ ต อ่ ภ ข ง ป ศ จ ศ ข ต ธ
น า ท อื ศ ธ ม อำ ว า ว า ห ฉ
น ห ฉ ท ผ ต โ จ ร ก อ้ อ ไ ป
ม า ฝ เ ว ค ว ะ ร ย น เ ะ ญ
ญ พ ฬ พ ร ฉ อ่ ร ษ า น ณ ฟ ภ
ไ ก ป อิ อ จ อ้ ป ร ฟ อื ช ะ ท
ก ใ ผ ม ก ซ ช ส ช ษ อ้ ด ภ ธ
ค อ่ า หึ อ์ า ด ป อ้ ส ใ ฟ ต บ
ว น อ อื ด เ ย ะ อื อ น า ค ต
ฝ ณ ศ น ท อิ อิ ฏ ป ด ณ ป า ไ

เมื่อวาน	เดือน
วันนี้	เช้า
ปี	หลังจาก
ศตวรรษ	กลางคืน
ทศวรรษ	ชั่วโมง
ประจำปี	วัน
ตอนนี้	นาฬิกา
ปฏิทิน	ก่อน
นาที	สัปดาห์
เที่ยง	อนาคต

10 - Säugetiere

ฟ	๊	อ	ก	ซ	์	ฝ	ร	์	อ	ว	เ	ื	บ
เ	ษ	ค	ง	ซ	ง	ม	ร	ก	ื	ร	ส	ม	ภ
ฝ	ศ	น	ล	ฟ	พ	ภ	แ	ศ	ส	ล	ื	ห	ม
ร	ษ	ค	ย	ิ	ภ	ก	ฝ	ถ	เ	ม	อ	ว	ง
ห	น	ู	พ	ค	ง	ฟ	ข	ณ	ฉ	้	ด	โ	ไ
ก	อ	ร	ิ	ล	ล	า	ผ	ศ	ก	า	ำ	ร	ค
จ	ข	ซ	ภ	อ	ห	ร	อ	ท	ญ	ล	น	ซ	ช
ด	เ	ป	ก	ก	ย	ี	ห	ย	ป	า	ษ	ว	ข
ไ	ห	ป	ฉ	จ	อ	ย	ญ	ม	ม	ย	ญ	ผ	ว
ศ	น	ร	ข	้	ข	ข	ซ	ง	า	้	ช	พ	า
ด	ไ	ด	เ	โ	ค	โ	ย	ต	ื	้	ห	ช	ฬ
ส	แ	ก	ะ	ง	ม	้	า	่	ป	า	ม	ห	ฝ
ษ	ฉ	ไ	แ	ิ	ะ	ช	ฝ	ไ	ส	ิ	ง	โ	ต
ก	ล	พ	ง	จ	ม	ธ	ไ	ฟ	ล	ข	ท	ล	ค

ลิง	สิงโต
หมี	เสือดำ
บีเวอร์	ม้า
ช้าง	หนู
ฟ็อกซ์	แกะ
ยีราฟ	โค
กอริลลา	เสือ
หมา	วาฬ
จิงโจ้	หมาป่า
โคโยตี้	ม้าลาย

11 - Algebra

เ ะ ช เ น ว อ่ ส ษ ศ เ ล ด ะ
ต ช ง ธ ฝ ษ ศ ป อู ม ธ ซ ก ฟ
อั ป อิ บ พ แ อู ง ซ ต ป ง อ ด
ว ร ผ ง ซ ร น ร ว ม ร พ พ เ
เ อิ บ แ เ ฝ ย า ล ะ ล ร า ส
ล ม บ ก ฉ ส อ์ ศ ผ เ ล า ภ ป
ข า ก ช จ น อั ผ เ ม อ ก น อั
บ ณ จ า ธ อ ก น ส ต น ม ผ ญ
ย ก ช ส ร น แ ท ต ร อั ส แ ห
จ ภ พ ไ ผ ล ธ แ อั อิ น ไ ค า
ป อั จ จ อั ย บ ว ว ก ต อ แ ก
จ ะ อ็ า ซ ค ศ อั แ ซ อ์ ก น า
ค อำ ท ห ท ห ย ต ป อ์ ภ ผ ฉ ถ
จ ง เ ฉ ภ ก ด ศ ร เ ไ ธ ศ น

เศษส่วน   เมตริกซ์
แผนภาพ   ปริมาณ
ตัวแทน   ศูนย์
ปัจจัย   ตัวเลข
เท็จ   ปัญหา
สูตร   การลบ
สมการ   รวม
เชิงเส้น   อนันต์
แก้   ตัวแปร
สารละลาย   ทำ

12 - Philanthropie

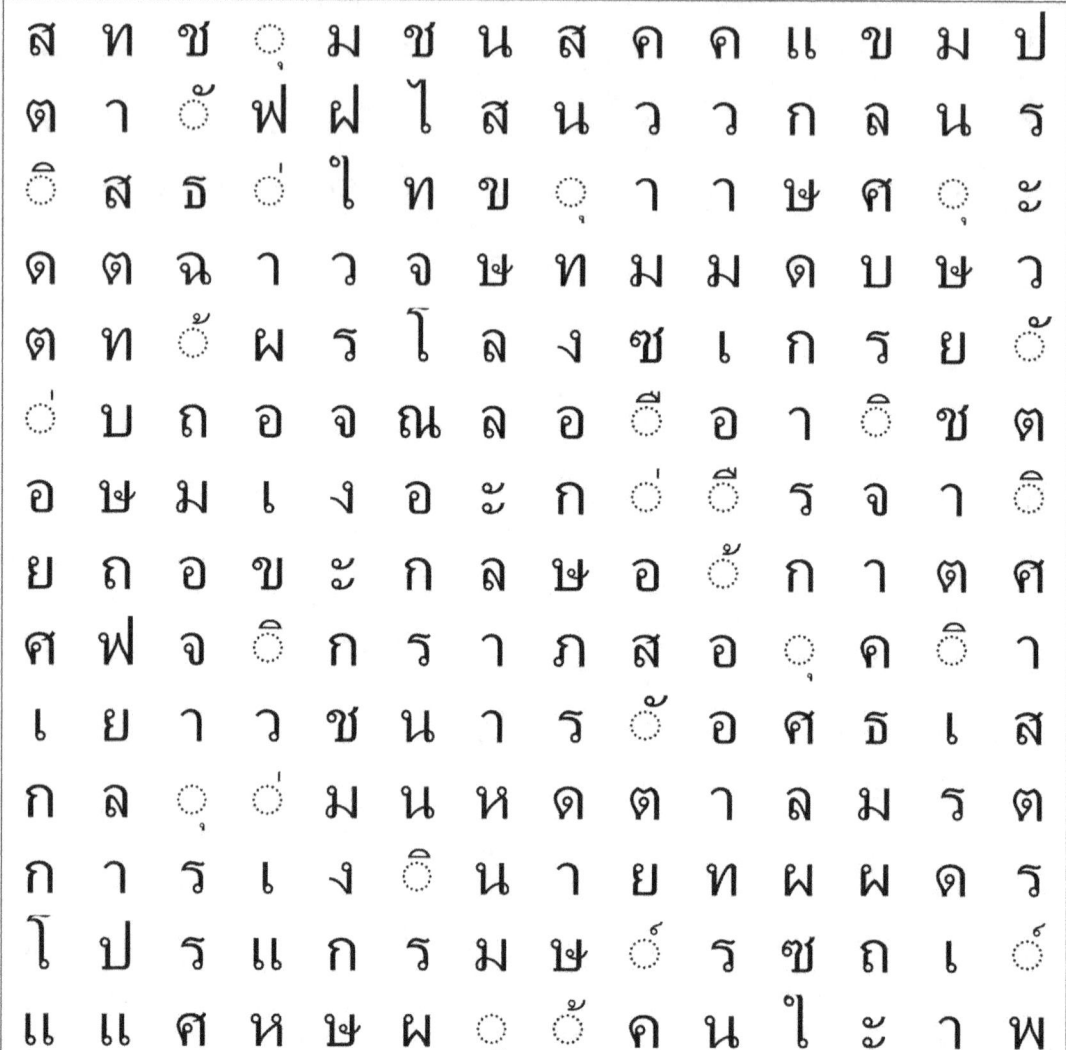

ส	ท	ช	ฺุ	ม	ช	น	ส	ค	ค	แ	ข	ม	ป
ต	า	ั้	ฟ	ฝ	ไ	ส	น	ว	ว	ก	ล	น	ร
ิ	ส	ธ	่	ใ	ท	ข	ฺุ	า	า	ษ	ศ	ฺุ	ะ
ด	ต	ฉ	า	ว	จ	ษ	ท	ม	ม	ด	บ	ษ	ว
ต	ท	้	ผ	ร	โ	ล	ง	ซ	เ	ก	ร	ย	ั้
่	บ	ถ	อ	จ	ณ	ล	อ	ื	อ	า	ิ	ช	ต
อ	ษ	ม	เ	ง	อ	ะ	ก	่	ื	ร	จ	า	ิ
ย	ถ	อ	ข	ะ	ก	ล	ษ	อ	้	ก	า	ต	ศ
ศ	ฟ	จ	ิ	ก	ร	า	ภ	ส	อ	ฺุ	ค	ิ	า
เ	ย	า	ว	ช	น	า	ร	้	อ	ศ	ธ	เ	ส
ก	ล	ฺุ	่	ม	น	ห	ด	ต	า	ล	ม	ร	ต
ก	า	ร	เ	ง	ิ	น	า	ย	ท	ผ	ผ	ด	ร
โ	ป	ร	แ	ก	ร	ม	ษ	่	ร	ซ	ถ	เ	่
แ	แ	ศ	ห	ษ	ผ	ฺู	้	ค	น	ไ	ะ	า	พ

ต้องการ	ติดต่อ
ความซื่อสัตย์	ผู้คน
การเงิน	มนุษยชาติ
ชุมชน	ภารกิจ
ประวัติศาสตร์	กองทุน
ทั่วโลก	การกุศล
ความเอื้ออาทร	สาธารณะ
กลุ่ม	โปรแกรม
เยาวชน	บริจาค

13 - Diplomatie

ต่างชาติ	ความยุติธรรม
ที่ปรึกษา	มนุษยธรรม
สถานทูต	ความซื่อสัตย์
เอกอัครราชทูต	สารละลาย
พลเมือง	การเมือง
นักการทูต	รัฐบาล
อย่าง	ความปลอดภัย
จริยธรรม	ภาษา
ชุมชน	สนธิสัญญา

14 - Astronomie

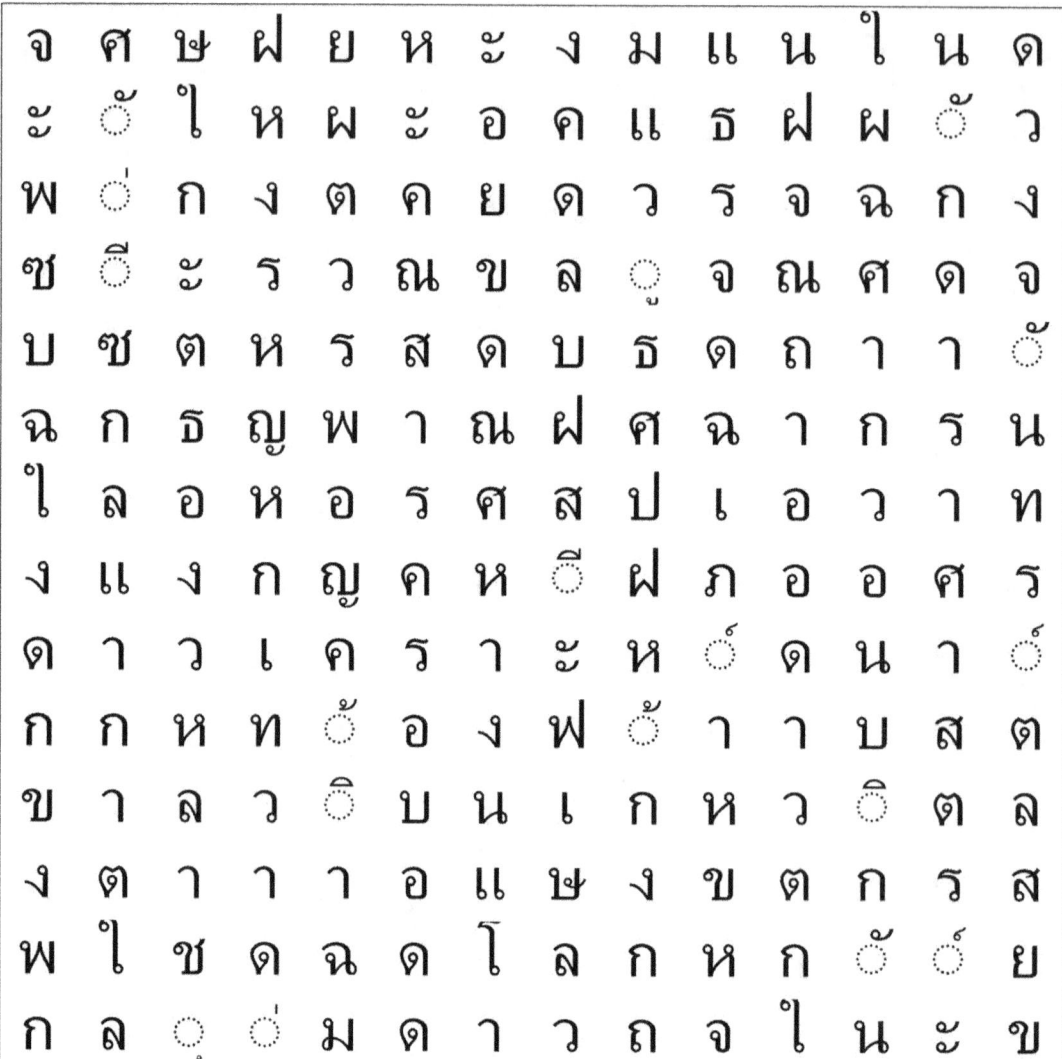

จ ศ ษ ฝ ย ห ะ ง ม แ น ใ น ด
ะ ์ ไ ห ผ ะ อ ค แ ธ ฝ ผ ์ ว
พ ่ ก ง ต ค ย ด ว ร จ ฉ ก ง
ซ ี ะ ร ว ณ ข ล ู จ ณ ศ ด จ
บ ซ ต ห ร ส ด บ ธ ด ถ า า ์
ฉ ก ธ ญ พ า ณ ฝ ศ ฉ า ก ร น
ใ ล อ ห อ ร ศ ส ป เ อ ว า ท
ง แ ง ก ญ ค ห ี ฝ ภ อ อ ศ ร
ด า ว เ ค ร า ะ ห ์ ด น า ์
ก ก ห ท ้ อ ง ฟ ้ า า บ ส ต
ข า ล ว ิ บ น เ ก ห ว ิ ต ล
ง ต า า า อ แ ษ ง ข ต ก ร ส
พ ไ ช ด ฉ ด โ ล ก ห ก ั ์ ย
ก ล ุ ่ ม ด า ว ถ จ ใ น ะ ข

นักบินอวกาศ	ดาวตก
นักดาราศาสตร์	ดวงจันทร์
โลก	เนบิวลา
คราส	หอดูดาว
กาแลกซี่	ดาวเคราะห์
ท้องฟ้า	จรวด
ดาวหาง	ดาว
กลุ่มดาว	จักรราศี

15 - Ballett

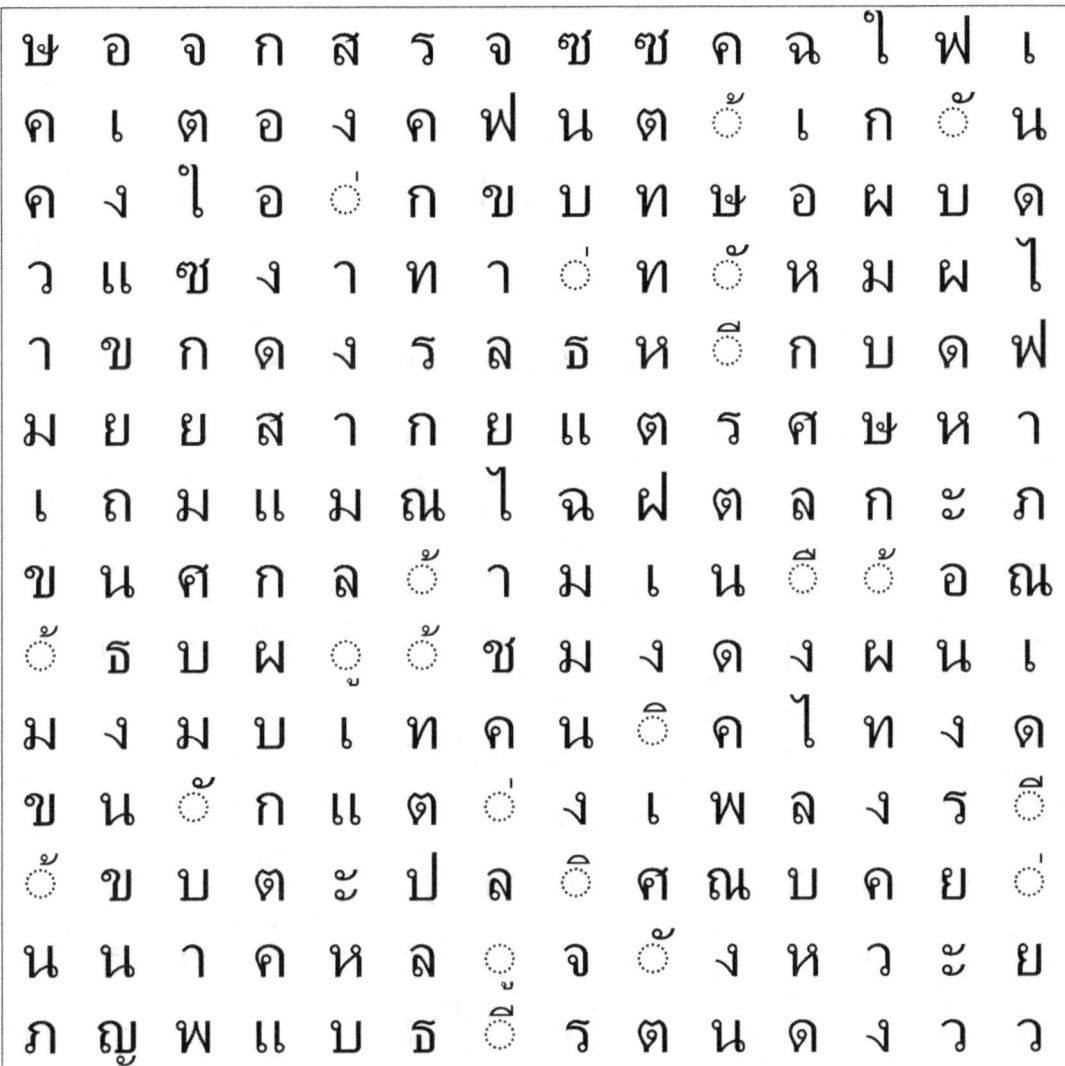

ษ	อ	จ	ก	ส	ร	จ	ซ	ซ	ค	ฉ	ไ	ฟ	เ
ค	เ	ต	อ	ง	ค	ฟ	น	ต	้	เ	ก	้	น
ค	ง	ไ	อ	่	ก	ข	บ	ท	ษ	อ	ผ	บ	ด
ว	แ	ซ	ง	า	ท	า	่	ท	ั้	ห	ม	ผ	ไ
า	ข	ก	ด	ง	ร	ล	ธ	ห	ื	ก	บ	ด	ฟ
ม	ย	ย	ส	า	ก	ย	แ	ต	ร	ศ	ษ	ห	า
เ	ถ	ม	แ	ม	ณ	ไ	ฉ	ฝ	ต	ล	ก	ะ	ภ
ข	น	ศ	ก	ล	้	า	ม	เ	น	ื	้	อ	ณ
้	ธ	บ	ผ	ุ	้	ช	ม	ง	ด	ง	ผ	น	เ
ม	ง	ม	บ	เ	ท	ค	น	ิ	ค	ไ	ท	ง	ด
ข	น	ั	ก	แ	ต	่	ง	เ	พ	ล	ง	ร	ื
้	ข	บ	ต	ะ	ป	ล	ิ	ศ	ณ	บ	ค	ย	่
น	น	า	ค	ห	ล	ุ	จ	้	ง	ห	ว	ะ	ย
ภ	ญ	พ	แ	บ	ธ	ื	ร	ต	น	ด	ง	ว	ว

สง่างาม วงดนตรี
แสดงออก ซ้อม
ทักษะ ผู้ชม
ท่าทาง จังหวะ
ความเข้มข้น เดี่ยว
นักแต่งเพลง รูปแบบ
ศิลปะ นักเต้น
ดนตรี เทคนิค
กล้ามเนื้อ

16 - Restaurant #1

ซ	ญ	อ	ฉ	ช	ณ	น	ซ	อ	ส	อ	ต	ซ	ะ
ช	ง	ม	า	ม	ส	ซ	ฉ	ข	น	ม	า	ช	ษ
ค	ร	อั	ว	ห	ช	ง	ฟ	แ	า	ก	แ	ฉ	เ
ก	ณ์	ต	ป	ผ	า	ส	เ	ซ	จ	แ	ณ	ผ	ไ
ซ	า	ก	ผ	า	ล	ร	น	ฉ	ห	ค	ศ	ฝ	ก
ผ	ผ	ร	ก	ช	จ	ธ	ือ	บ	ษ	ช	ร	ร	อ์
ภ	ผ	ผ	จ	ม	บ	ะ	อ็	อ	ผ	เ	ม	ือ	ด
ณ	อุ	ต	ษ	อ	ถ	ไ	อ	ป	ฝ	ช	ม	ถ	ง
ข	ล	ม	ฟ	ม	ง	เ	ม	น	อู	ือ	อ	ณ	อ
น	ข	ว	อิ	ศ	ฉ	ล	ญ	ต	ต	ย	ณ	ศ	ป
ม	เ	เ	ก	แ	ค	น	ญ	ณ	ด	ร	ณ	ข	ภ
ป	ผ	บ	ช	ไ	พ	ด	ษ	ส	ฟ	อ์	อ	ณ	ห
อั	อ็	บ	ะ	อ	ถ	อ้	ซ	ศ	ส	ฝ	จ	ธ	อ
ง	ด	ภ	ท	ผ	อ้	า	เ	ช	อ็	ด	ป	า	ก

ภูมิแพ้	เมนู
ขนมปัง	มีด
ขนม	การจอง
อาหาร	ชาม
เนื้อ	ผ้าเช็ดปาก
ไก่	ซอส
กาแฟ	จาน
แคชเชียร์	เผ็ด
ครัว	

17 - Geologie

ผ	ท	ต	น	ศ	ท	ป	น	ล	ล	ไ	เ	ด	ห
ง	ว	แ	ว	ก	ฮ	ข	ะ	ซ	ง	ด	ก	ช	ิ
แ	ี	ฉ	ซ	ซ	่	ย	แ	ก	ญ	น	ล	ณ	น
ร	ป	ว	ห	ณ	ร	ด	ฉ	ช	า	ช	ื	ด	ย
่	ซ	ไ	ฟ	ไ	า	ข	เ	ุ	ภ	ร	อ	ม	้
ธ	ผ	ก	แ	ะ	บ	ว	ล	ห	เ	ค	ั	น	อ
า	ณ	เ	ค	ะ	ส	ร	ร	ิ	ซ	ว	ณ	ง	ย
ต	ล	ซ	ล	ล	ุ	ก	พ	น	ด	อ	ว	ส	ะ
ุ	า	อ	เ	ด	ง	ธ	อ	ง	ป	ท	แ	ฝ	ศ
ม	ว	ร	ซ	ล	ร	ไ	ต	อ	ญ	ซ	ก	น	า
พ	า	์	ี	ฝ	่	ก	ห	ก	า	์	ค	ส	ญ
ข	ณ	ท	ย	ง	อ	ข	ล	ิ	ซ	ส	อ	ฟ	ไ
ห	ณ	ญ	ม	ช	น	ซ	โ	า	น	ท	เ	ม	ไ
แ	ผ	่	น	ด	ิ	น	ไ	ห	ว	ว	ถ	้	ำ

แผ่นดินไหว	แร่ธาตุ
ร่อน	ที่ราบสูง
ฟอสซิล	ควอทซ์
เหลว	เกลือ
ไกเซอร์	กรด
ถ้ำ	หินงอก
แคลเซียม	หินย้อย
ทวีป	หิน
ปะการัง	ภูเขาไฟ
ลาวา	โซน

18 - Wissenschaft

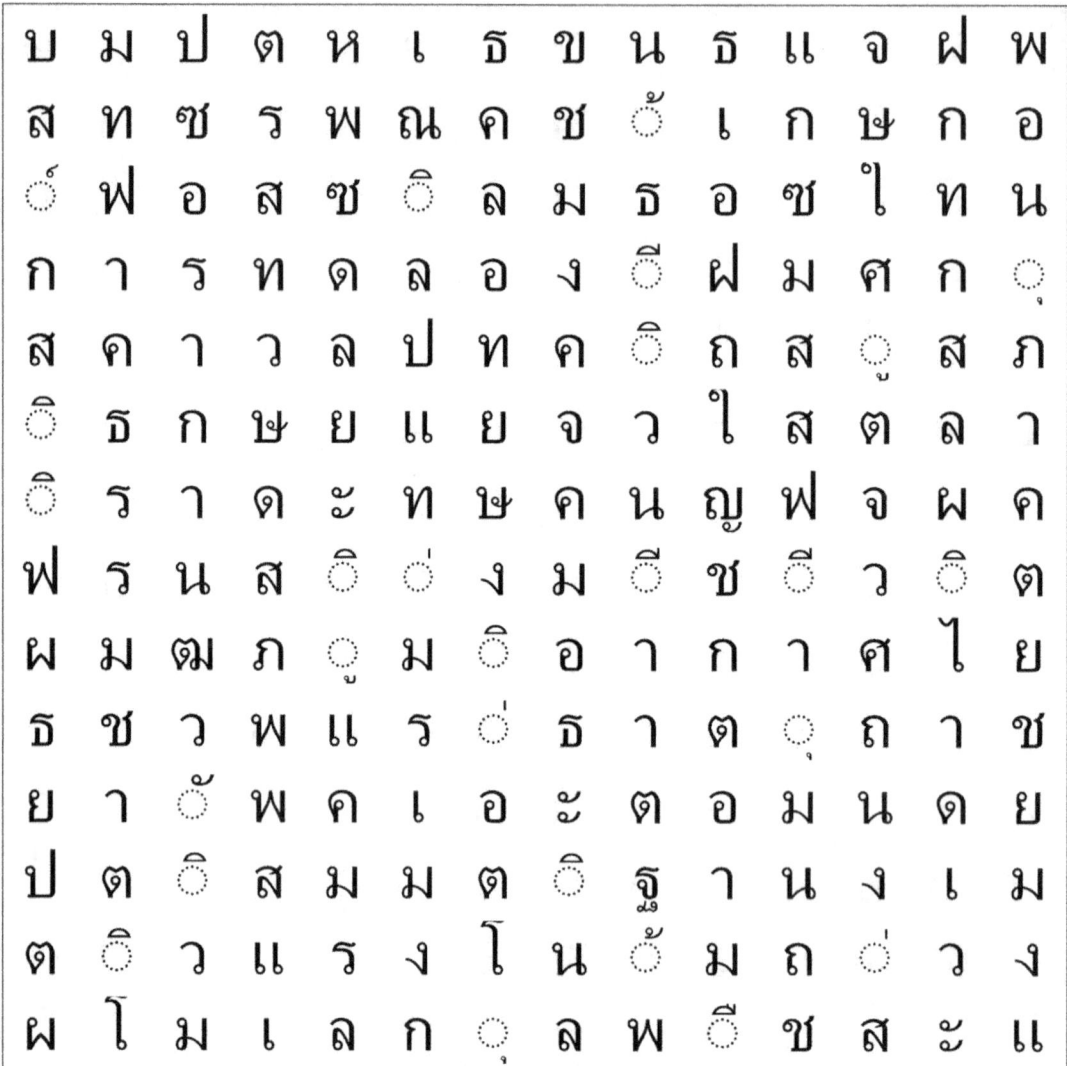

บ	ม	ป	ต	ห	เ	ธ	ข	น	ธ	แ	จ	ฝ	พ
ส	ท	ซ	ร	พ	ณ	ค	ช	์	เ	ก	ษ	ก	อ
์	ฟ	อ	ส	ซ	ิ	ล	ม	ธ	อ	ซ	ไ	ท	น
ก	า	ร	ท	ด	ล	อ	ง	ี	ฝ	ม	ศ	ก	ุ
ส	ค	า	ว	ล	ป	ท	ค	ิ	ถ	ส	ุ	ส	ภ
ิ	ธ	ก	ษ	ย	แ	ย	จ	ว	ไ	ส	ต	ล	า
ิ	ร	า	ด	ะ	ท	ษ	ค	น	ญ	ฟ	จ	ผ	ค
ฟ	ร	น	ส	ิ	่	ง	ม	ี	ช	ี	ว	ิ	ต
ผ	ม	ฒ	ภ	ุ	ม	ิ	อ	า	ก	า	ศ	ไ	ย
ธ	ช	ว	พ	แ	ร	่	ธ	า	ต	ุ	ถ	า	ช
ย	า	ั	พ	ค	เ	อ	ะ	ต	อ	ม	น	ด	ย
ป	ต	ิ	ส	ม	ม	ต	ิ	ฐ	า	น	ง	เ	ม
ต	ิ	ว	แ	ร	ง	โ	น	้	ม	ถ	่	ว	ง
ผ	โ	ม	เ	ล	ก	ุ	ล	พ	ื	ช	ส	ะ	แ

อะตอม   แร่ธาตุ
เคมี   โมเลกุล
ข้อมูล   ธรรมชาติ
วิวัฒนาการ   สิ่งมีชีวิต
การทดลอง   อนุภาค
ฟอสซิล   พืช
สมมติฐาน   ฟิสิกส์
ภูมิอากาศ   แรงโน้มถ่วง
วิธี

19 - Mythologie

ก ข อ ม ต ภ า พ ม ฉ ข ส ย ม
น า น ำ ต ก ง ว า ข เ ิ แ ล
ต ข ร น แ ท ร ภ ต แ ก ่ ร ย
ค ช ช ส ั ส แ พ ฮ ต ค ง ธ ฟ
ธ ต ไ ล ร ก ษ ท ี ้ ไ ม ท ้
ส ิ ษ ภ แ ้ ร ไ โ น แ ี ถ า
ว บ ธ ข ข ณ า บ ร แ พ ช ถ ร
ง ั ต ห ค ซ ข ง ่ บ า ี ส ้
บ พ ฒ ส ว ร ร ค ์ บ แ ว ช อ
จ ิ ห น ไ แ ก ป ษ ศ เ ิ ว ง
ฝ ย ญ ไ ธ ร ภ ผ ธ ฝ ถ ต ฉ จ
ป ั ฝ น ไ ร ก แ ก ้ แ ค ้ น
ไ ภ ะ ไ ฉ ซ ร ฟ ้ า ผ ่ า ข
ณ ง ว ห ง ึ ห ม า ว ค ย ธ ษ

ต้นแบบ	นักรบ
ฟ้าผ่า	วัฒนธรรม
ฟ้าร้อง	เขาวงกต
ความหึงหวง	ตำนาน
ฮีโร่	วิเศษ
สวรรค์	แก้แค้น
ภัยพิบัติ	แรง
การสร้าง	ยแร
สิ่งมีชีวิต	อมตภาพ

20 - Restaurant #2

อ	ก	ั้	ค	เ	ง	เ ส	ไ	ไ	ต	ะ	ซ	อ
า	ั่	น	ไ	อ	ป	ญ	ต	ม	ศ	ไ	ญ	ุ่	า
ห	ว	บ	ช	ป	ศ	ไ	ร	เ	ท	ฉ	ข	ป	ห
า	ย	จ	ั้	ม	ไ	ล	ผ	ก	เ	บ	ร	่	า
ร	เ	น	อ	ื	ล	ก	เ	้	ง	ป	ล	า	ร
ก	ต	ห	น	ข	ว	ง	ฉ	า	อ	ผ	ั	ก	เ
ล	ี	ส	ล	ั	ด	ล	ย	อ	่	ร	อ	ร	ย
า	่	บ	ช	ว	เ	ง	ผ	ื	ื	เ	ถ	ป	็
ง	ย	ค	ร	ฟ	บ	ไ	ม	้	ร	ฟ	ษ	ะ	น
ว	ว	เ	ภ	ิ	น	้	ำ	ง	ค	ฝ	ไ	ภ	ว
ั	ม	ค	ว	ต	ก	ถ	ฉ	ญ	เ	น	ม	ธ	ธ
น	อ	แ	ม	ญ	ไ	ร	บ	ก	ณ	ช	ศ	ญ	ร
น	้	ำ	แ	ข	็	ง	น	ป	ธ	ส	เ	ษ	า
ถ	ส	ด	เ	ค	ร	ื	่	อ	ง	ด	ื	่	ม

อาหารเย็น	อร่อย
ไข่	เค้ก
น้ำแข็ง	ช้อน
ปลา	อาหารกลางวัน
ผลไม้	ก๋วยเตี๋ยว
ส้ม	สลัด
ผัก	เกลือ
เครื่องดื่ม	เก้าอี้
เครื่องเทศ	ซุป
บริกร	น้ำ

21 - Ökologie

บ	ต	◌ิ	า	ช	ม	ร	ร	ธ	น	◌็	ป	เ	ท
ห	ษ	ว	ธ	◌ุ	◌์	น	◌ั	พ	ย	า	ส	ไ	ะ
อ	ล	ญ	ด	ม	ผ	ฟ	ญ	บ	◌ึ	ง	ภ	ภ	เ
ธ	า	พ	ท	ช	ท	ร	◌ั	พ	ย	า	ก	ร	ล
ร	ส	ส	ป	น	ย	◌ื	ง	◌่	◌ั	ย	ต	ณ	ณ
ร	ท	◌ั	า	ก	า	ร	อ	ย	◌ู	◌่	ร	อ	ด
ม	แ	◌ั	ต	ส	ภ	◌ู	ม	◌ิ	อ	า	ก	า	ศ
ช	ล	ผ	◌่	ว	ม	ก	ข	ด	ค	ม	ง	ค	ธ
า	◌ั	น	ต	ว	◌์	◌ั	เ	ล	ส	ษ	เ	ษ	ถ
ต	ง	ด	ะ	ะ	โ	ป	ค	อ	เ	ไ	ภ	ล	พ
◌ิ	ข	ม	ษ	ศ	ก	ล	◌่	ร	ภ	อ	ค	ฟ	◌ื
ต	เ	า	ย	ต	ด	ซ	ก	า	ข	เ	◌ุ	ภ	ช
ณ	ล	น	ถ	ข	ค	ไ	ต	ด	ฟ	ล	อ	ร	า
ท	◌ื	◌่	อ	ย	◌ุ	◌่	อ	า	ศ	◌ั	ย	ย	บ

สายพันธุ์
ภูเขา
แล้ง
สัตว์ป่า
ฟลอรา
อาสาสมัคร
ชุมชน
ทั่วโลก
ภูมิอากาศ

ที่อยู่อาศัย
ทะเล
ยั่งยืน
ธรรมชาติ
เป็นธรรมชาติ
ทรัพยากร
บึง
การอยู่รอด
พืช

22 - Schokolade

ไ	ส	ข	เ	โ	พ	ฟ	ช	ผ	ง	ด	ฟ	ส	ช
ม	่	ฝ	ณ	ก	แ	ธ	พ	ฝ	ญ	ร	ผ	ส	่
ด	ว	ผ	ไ	โ	ฝ	ข	า	ธ	ร	ธ	ส	ด	า
ค	น	ศ	ไ	ก	ง	ผ	ภ	ฉ	ญ	น	ล	ก	ง
า	ผ	ข	ว	้	เ	ย	ณ	บ	ผ	ญ	ะ	ย	ฝ
ร	ส	ษ	บ	ง	ป	ท	ฺ	ผ	ม	น	ไ	อ	ือ
า	ม	ฝ	ช	ข	ข	แ	ค	ล	อ	ร	ือ	่	ม
เ	ห	ก	เ	ย	ฟ	ค	ข	า	ห	า	ห	ร	ือ
ม	ว	า	้	ร	พ	ะ	ม	ต	น	น	ล	อ	อ
ล	า	ถ	ั	่	ว	ต	ก	ำ	่	ิ	ฟ	ย	ฝ
ศ	น	เ	ซ	ม	ห	ค	ต	้	ิ	บ	ก	ซ	อ
ะ	ข	ห	ป	ฉ	ค	ถ	ม	น	ล	ษ	ช	ธ	น
ฉ	ศ	ส	ท	ษ	่	ม	ห	ไ	ก	ล	ป	แ	ภ
ส	ู	ต	ร	อ	า	ห	า	ร	ศ	อ	ผ	ล	ไ

กลิ่นหอม	คาราเมล
ขม	มะพร้าว
ถั่ว	อร่อย
กิน	ผง
แปลกใหม่	คุณภาพ
รส	สูตรอาหาร
ช่างฝีมือ	หวาน
โกโก้	น้ำตาล
แคลอรี่	ส่วนผสม

23 - Boote

ม	เ	ญ	ณ	ค	เ	ร	ือ	ใ	บ	ส	ค	ล
ห	ค	ฟ	ะ	ล	ก	อ	น	ไ	ภ	า	บ	ม	ุ
า	ร	แ	ห	ือ	เ	เ	ว	า	ห	ส	ส	ห	ก
ส	ือ	ร	พ	่	ร	ร	ด	เ	ส	ล	ง	เ	เ
ม	่	พ	ร	น	ือ	ือ	จ	ษ	ถ	เ	ด	บ	ร
ุ	อ	ย	ไ	่	อ	อ	ห	ค	ฝ	ะ	แ	า	ือ
ท	ง	ใ	เ	ุ	ย	ช	เ	ค	ท	ท	ก	ส	อ
ร	ย	ผ	ช	ท	อ	ุ	ห	ช	้	พ	ะ	ม	ท
ไ	น	ย	ือ	ศ	ช	ช	ท	ญ	พ	ย	ล	อ	่
ษ	ต	ใ	อ	ง	ท	ือ	แ	ค	น	ู	า	ข	า
ช	์	ต	ก	บ	์	พ	ช	ร	ษ	ก	ส	ค	เ
เ	ร	ือ	อ	ข	้	า	ม	ฟ	า	ก	ือ	ท	ร
แ	ม	่	น	้	ำ	ด	ถ	ซ	ษ	ษ	ณ	ภ	ือ
ท	ะ	เ	ล	ศ	ธ	ศ	บ	ย	ธ	า	ภ	ใ	อ

สมอ	ทะเล
ทุ่น	เครื่องยนต์
ลูกเรือ	มหาสมุทร
ท่าเรือ	เรือชูชีพ
เรือข้ามฟาก	ทะเลสาบ
แพ	กะลาสี
แม่น้ำ	เรือใบ
คายัด	เชือก
แคนู	คลื่น
เสา	เรือยอชท์

24 - Stadt

แ	ม	ห	า	ว	ิ	ท	ย	า	ล	ั	ย	ส	ร
โ	ก	ส	ส	ว	น	ส	ั	ต	ว	์	เ	น	้
ซ	ร	ล	น	ย	ี	ร	เ	ง	ร	โ	บ	า	า
ย	ห	ง	เ	า	ภ	ไ	ไ	ไ	า	โ	เ	ม	น
ส	ค	ซ	ล	ล	ม	ญ	ภ	แ	ค	ร	ก	ก	ห
ด	า	ล	ต	ะ	อ	บ	ช	ซ	า	ง	อ	ี	น
น	ย	จ	ฟ	ถ	ค	ร	ิ	ช	น	แ	ร	ฬ	้
ย	ย	ธ	ม	จ	ด	ร	ี	น	ธ	ร	ี	า	ง
ง	า	ฝ	า	ธ	ฉ	ล	ล	่	น	ม	่	ศ	ส
ศ	ข	พ	ิ	พ	ิ	ธ	ภ	ั	ณ	ฑ	์	ม	ี
ก	น	ิ	ิ	ล	ค	ศ	ธ	แ	ธ	ธ	ร	ป	อ
แ	า	ซ	ด	ช	ด	ม	ุ	ส	ง	อ	้	ห	ป
ไ	้	ด	อ	ก	ไ	ม	้	ด	ี	ป	า	ว	ก
โ	ร	ง	ภ	า	พ	ย	น	ต	ร	์	น	ฝ	ธ

ร้านขายยา โรงภาพยนตร์
ธนาคาร คลินิก
เบเกอรี่ ตลาด
ห้องสมุด พิพิธภัณฑ์
ดอกไม้ดี โรงเรียน
ร้านหนังสือ สนามกีฬา
สนามบิน โรงละคร
แกลเลอรี่ มหาวิทยาลัย
ร้าน สวนสัตว์
โรงแรม

25 - Aktivitäten

ง	เ	ส	ล	ม	ญ	ธ	บ	ษ	ผ	ะ	ม	ไ	ม
ง	ล	ซ	ท	ผ	เ	ฟ	ไ	ช	น	พ	ซ	ด	อ
า	ก	ย	ร	ม	ก	ม	ส	ศ	ฟ	ต	ญ	ช	ด
น	า	า	บ	า	ม	ย	ฟ	ิ	ด	พ	ต	ะ	ก
ฝ	ย	ล	ร	ด	ม	พ	ฝ	ล	ไ	ซ	ไ	ธ	า
ี	า	ค	ก	ท	ซ	ิ	ร	ป	ย	ธ	ก	ฝ	ร
ม	ม	น	ั	า	ำ	ะ	ก	ะ	ษ	ก	ั	ท	อ
ื	ซ	อ	ถ	ธ	ร	ส	ภ	า	พ	ว	า	ด	่
อ	น	่	ว	แ	า	เ	ว	ธ	ต	ง	ล	น	า
ไ	ไ	ผ	แ	อ	ซ	น	ย	น	ะ	จ	ป	ล	น
ก	ิ	จ	ก	ร	ร	ม	ม	็	ค	พ	ก	ฝ	ผ
เ	ว	ล	า	ว	่	า	ง	ท	บ	ส	ต	แ	ช
ก	า	ร	ถ	่	า	ย	ภ	า	พ	ต	ง	ต	ญ
ล	่	า	ส	ั	ต	ว	์	ย	ิ	น	ด	ี	ว

กิจกรรม	เซรามิก
ตกปลา	ศิลปะ
ผ่อนคลาย	งานฝีมือ
ทักษะ	การอ่าน
การถ่ายภาพ	มายากล
เวลาว่าง	การเย็บ
การทำสวน	เกม
ภาพวาด	ถัก
ล่าสัตว์	ยินดี

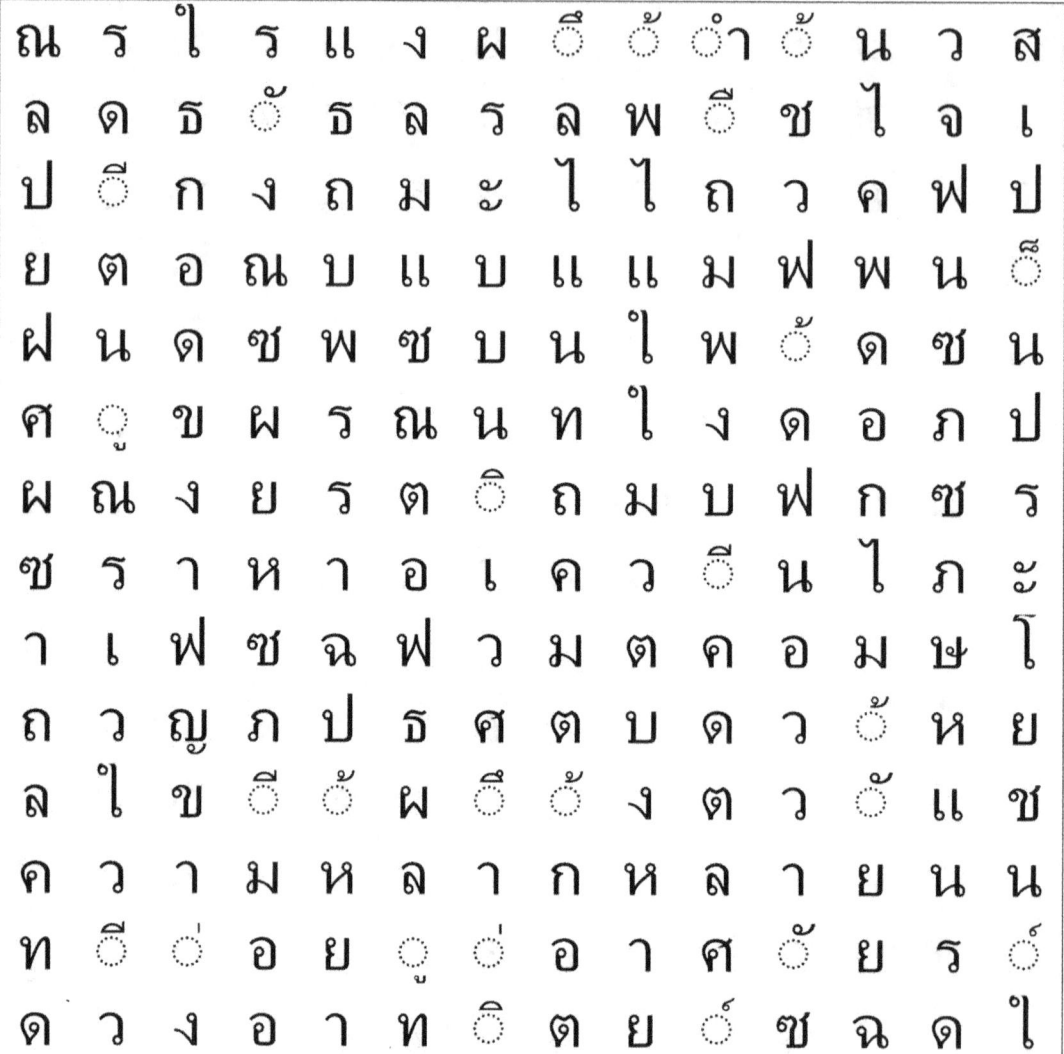

รัง	ที่อยู่อาศัย
ดอกไม้	ระบบนิเวศ
ดอก	พืช
อาหาร	เรณู
ปีก	ควัน
ผลไม้	ฝูง
สวน	ดวงอาทิตย์
น้ำผึ้ง	ความหลากหลาย
แมลง	เป็นประโยชน์
ควีน	ขี้ผึ้ง

27 - Wissenschaftliche Disziplinen

ธ	ฟ	ส	ภ	า	ษ	า	ศ	า	ส	ต	ร์	อ
ร	ว	ั	า	ย	ท	ิ	ว	ท	า	ส	ะ	ร	ป
ณ	น	ง	ส	ท	ี	ด	ค	ณ	า	ร	บ	โ	ข
ี	ิ	ค	ร	ว	ช	า	ย	ท	ว	ิ	่	ร	แ
ว	เ	ม	ี	ิ	ี	ร	เ	ค	ม	ี	ง	ไ	ล
ิ	ว	ว	ร	ต	ว	า	ธ	บ	ศ	ต	ล	พ	ก
ท	ศ	ิ	ว	ิ	ว	ศ	ช	ี	ว	เ	ค	ม	ี
ย	ว	ท	ิ	จ	ิ	า	ฟ	ถ	ศ	ใ	ศ	ท	ฉ
า	ิ	ย	ท	ร	ท	ส	ม	ิ	ฉ	ห	ป	ศ	น
ร	ท	า	ย	ว	ย	ต	ป	ซ	ส	ด	ษ	ง	ต
น	ย	น	า	ว	า	ร	า	ข	ด	ิ	อ	ะ	ม
ธ	า	ว	แ	ม	อ	์	ณ	ล	ต	ห	ก	แ	ย
อ	ุ	ณ	ห	พ	ล	ศ	า	ส	ต	ร์	ส	ผ
ค	ิ	ท	น	ี	ว	ิ	ท	ย	า	ท	ข	อ	์

โบราณคดี	แร่วิทยา
ดาราศาสตร์	ประสาทวิทยา
ชีวเคมี	นิเวศวิทยา
ชีววิทยา	ฟิสิกส์
เคมี	สรีรวิทยา
ธรณีวิทยา	จิตวิทยา
คิทนีวิทยา	สังคมวิทยา
ภาษาศาสตร์	อุณหพลศาสตร์

28 - Vögel

```
เ  ป  ็  ด  ซ  แ  น  ก  แ  ก  ้  ว  า  อ
ษ  ท  ฟ  ณ  ศ  ภ  า  โ  ู  ว  ส  ะ  า  ล
ด  ด  น  อ  แ  บ  ่  ง  อ  ฮ  บ  ภ  ษ  จ
พ  แ  ะ  ป  น  ซ  ห  ิ  ข  ิ  ก  ก  ย  จ
ค  ส  ธ  ่  ก  ไ  แ  ม  ะ  ง  น  น  แ  ไ
า  ส  ะ  ร  ก  ก  น  า  ก  จ  ญ  ท  ไ  ข
อ  ี  ก  า  ร  น  ไ  ล  ว  ร  ฝ  ญ  ร  ่
ธ  ก  อ  จ  ะ  ร  ก  ฟ  า  น  ะ  ะ  ว  ี
ญ  ศ  ข  ส  ท  า  ข  ฝ  ม  า  ง  ส  อ  ก
ะ  ป  แ  ส  ุ  เ  ไ  บ  แ  ง  ู  ฉ  า  ผ
ถ  ว  ค  ธ  ง  ว  ผ  ช  ร  น  ย  ส  ป  ป
ะ  ฉ  ง  ห  ษ  น  ข  น  ิ  ว  ก  น  พ  เ
ห  ง  ส  ์  ผ  ภ  ย  ธ  ส  ล  น  ะ  ด  ไ
น  ก  ก  า  เ  ห  ว  ่  า  แ  ซ  บ  ท  ฟ
```

อินทรี	นกแก้ว
ไข่	นกกระทุง
เป็ด	นกยูง
นกฮูก	เพนกวิน
ฟลามิงโก	ราเวน
ห่าน	กระสา
ไก่	หงส์
อีกา	กระจอก
นกกาเหว่า	นกกระสา
นางนวล	

29 - Garten

ป	น	ว	ส	ส	ผ	ไ	ช	ะ	ข	ถ	ผ	แ	ว
บ	ิ	ฟ	ษ	น	ี	ล	พ	โ	ม	ร	ท	แ	า
ญ	ด	ไ	ซ	ว	า	ป	ถ	ท	ษ	ง	ษ	อ	ถ
ห	ค	ส	ฝ	ญ	ข	ม	ะ	่	ย	ร	จ	ไ	ซ
เ	พ	ว	ย	ล	ต	ร	ห	อ	พ	โ	ด	ย	ผ
ค	ล	น	ญ	ป	ม	ะ	ก	ญ	ห	ด	า	ษ	ม
ร	ั	ผ	ญ	เ	ต	เ	พ	ผ	่	ญ	อ	ฟ	้
า	่	ล	ะ	ช	ฺ	บ	ผ	ษ	ม	า	้	น	า
ด	ว	ไ	ซ	พ	ช	ี	ฉ	บ	ไ	ผ	ข	า	น
ร	า	ม	บ	ื	ม	ย	ร	ห	ก	ส	ย	้	้
ป	ั	ั	ช	ช	ซ	ง	ง	พ	อ	ท	ด	บ	่
ด	บ	ั	ด	ั	ฝ	เ	เ	ญ	ด	ไ	ร	น	ง
า	ซ	ษ	ว	ว	บ	่	อ	น	้	ำ	ไ	า	ส
ต	้	น	ไ	ม	้	ล	ย	ษ	ณ	ฉ	ง	ช	พ

ม้านั่ง	สนามหญ้า
ต้นไม้	คราด
ดอกไม้	พลั่ว
ดิน	ท่อ
บุช	บ่อน้ำ
โรงรถ	ชานบ้าน
สวน	แทรมโพลีน
หญ้า	วัชพืช
เปลญวน	ระเบียง
สวนผลไม้	รั้ว

30 - Antarktis

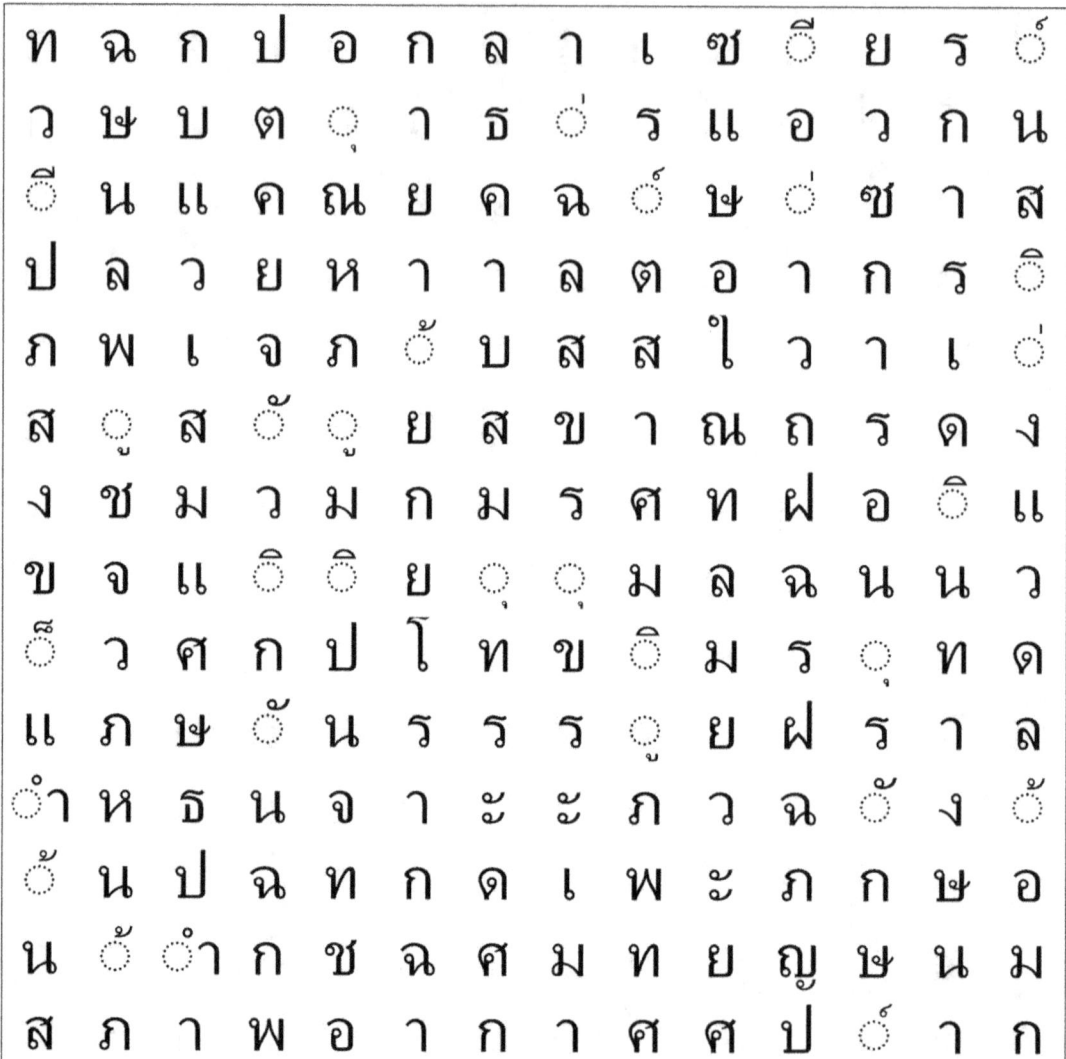

ท	ฉ	ก	ป	อ	ก	ล	า	เ	ซ	อี	ย	ร	อ์
ว	ษ	บ	ต	คุ	า	ธ	อ่	ร	แ	อ	ว	ก	น
อี	น	แ	ค	ณ	ย	ค	ฉ	ร์	ษ	อ่	ซ	า	ส
ป	ล	ว	ย	ห	า	ล	ต	อ	า	ก	ร	อิ
ภ	พ	เ	จ	ภ	อั	บ	ส	ส	ใ	ว	า	เ	อ
ส	คู	ส	อั	คู	ย	ส	ข	า	ณ	ถ	ร	ด	ง
ง	ช	ม	ว	ม	ก	ม	ร	ศ	ท	ฝ	อ	อ	แ
ข	จ	แ	อิ	อิ	ย	คุ	คุ	ม	ล	ฉ	น	น	ว
อึ	ว	ศ	ก	ป	โ	ท	ข	อิ	ม	ร	คุ	ท	ด
แ	ภ	ษ	อั	น	ร	ร	ร	คู	ย	ฝ	ร	า	ล
อำ	ห	ธ	น	จ	า	ะ	ะ	ภ	ว	ฉ	อั	ง	อ้
อั	น	ป	ฉ	ท	ก	ด	เ	พ	ะ	ภ	ก	ษ	อ
น	อั	อำ	ก	ช	ฉ	ศ	ม	ท	ย	ญ	ษ	น	ม
ส	ภ	า	พ	อ	า	ก	า	ศ	ศ	ป	อ์	า	ก

อ่าว
น้ำแข็ง
การอนุรักษ์
การเดินทาง
ขรุขระ
นักวิจัย
ภูมิศาสตร์
กลาเซียร์
คาบสมุทร
ทวีป

การโยกย้าย
แร่ธาตุ
อุณหภูมิ
ภูมิประเทศ
สิ่งแวดล้อม
นก
น้ำ
สภาพอากาศ
ลม

31 - Fahren

ค	ว	า	ม	ป	ล	อ	ด	ภ	ั	ย	พ	ค	เ
ร	อ	น	ฉ	ส	แ	ะ	น	ว	ฝ	ฝ	ห	น	ค
บ	ร	ั	แ	ป	พ	ว	ก	็	ว	อ	ย	เ	ร
เ	ฟ	ย	น	ก	ุ	ท	ร	ร	บ	ถ	ร	ด	ื
ร	น	ห	ด	ต	็	ศ	ะ	เ	ฝ	ฝ	ว	ิ	่
ถ	ข	ป	ส	ภ	ร	ส	ร	ม	ฟ	ซ	แ	น	อ
ร	ถ	เ	ม	ล	์	า	ป	า	อ	ผ	ผ	เ	ง
ง	ญ	บ	ไ	น	ว	ต	ย	ว	ด	พ	น	ท	ย
ร	ไ	ษ	ล	อ	ต	ำ	แ	ค	ณ	ไ	ท	้	น
โ	ง	่	ส	น	ข	ร	า	ก	เ	ธ	ื	า	ต
ด	ภ	ว	ด	ะ	ส	ว	ฟ	ะ	ป	ว	่	ต	์
แ	ช	า	ช	ค	ภ	จ	อ	ุ	โ	ม	ง	ค	์
ร	ถ	จ	ั	ก	ร	ย	า	น	ย	น	ต	์	ด
ใ	บ	อ	น	ุ	ญ	า	ต	ร	บ	ก	ส	ธ	บ

รถ	ใบอนุญาต
เบรค	รถบรรทุก
รถเมล์	เครื่องยนต์
คนเดินเท้า	รถจักรยานยนต์
โรงรถ	ตำรวจ
แก๊ส	ความปลอดภัย
อันตราย	การขนส่ง
ความเร็ว	อุโมงค์
แผนที่	

32 - Physik

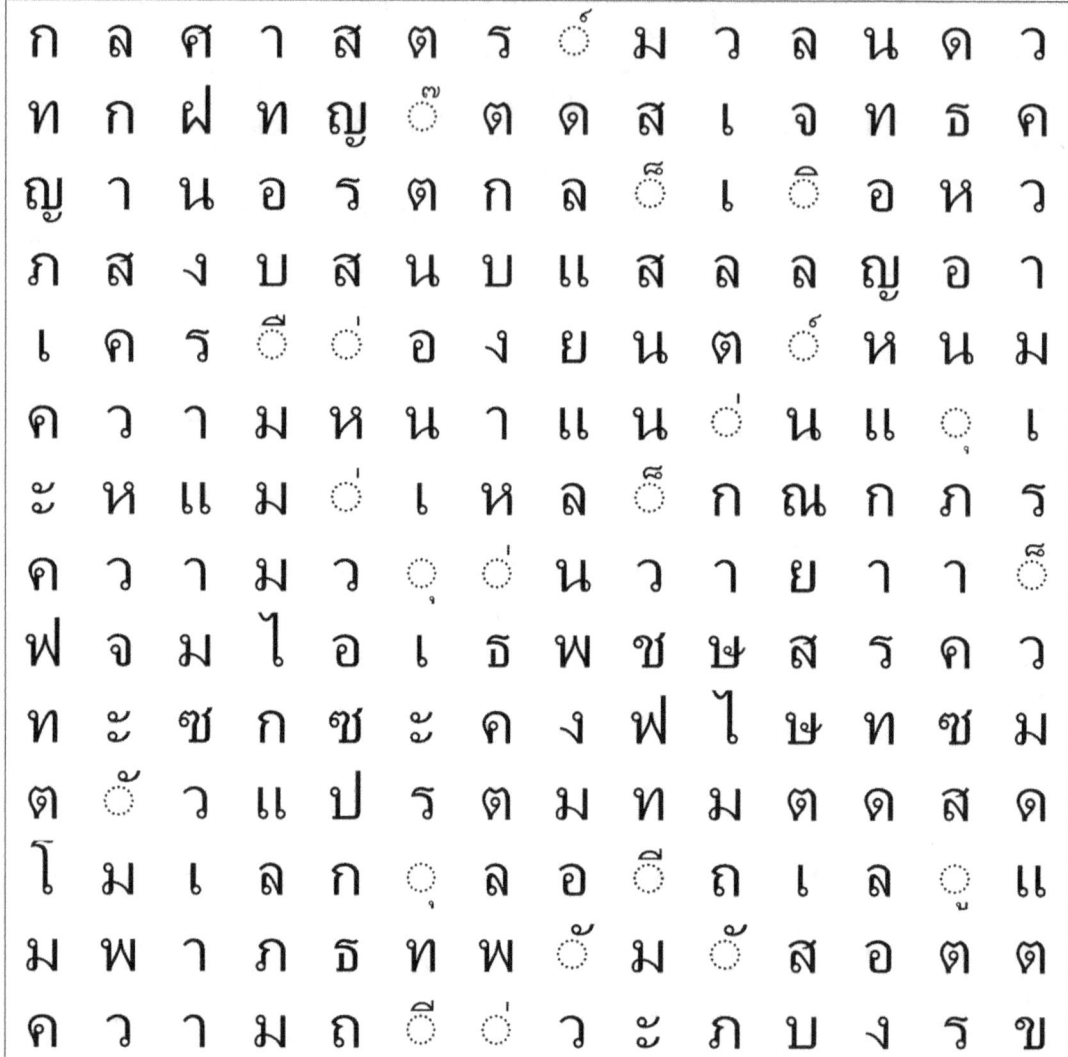

ก	ล	ศ	า	ส	ต	ร	์	ม	ว	ล	น	ด	ว
ท	ก	ฝ	ท	ญ	ื	ต	ด	ส	เ	จ	ท	ธ	ค
ญ	า	น	อ	ร	ต	ก	ล	็	เ	ิ	อ	ห	ว
ภ	ส	ง	บ	ส	น	บ	แ	ส	ล	ล	ญ	อ	า
เ	ค	ร	ื	่	อ	ง	ย	น	ต	์	ห	น	ม
ค	ว	า	ม	ห	น	า	แ	น	่	น	แ	ฺ	เ
ะ	ห	แ	ม	่	เ	ห	ล	็	ก	ณ	ก	ภ	ร
ค	ว	า	ม	ว	ฺ	่	น	ว	า	ย	า	า	็
ฟ	จ	ม	ไ	อ	เ	ธ	พ	ช	ษ	ส	ร	ค	ว
ท	ะ	ซ	ก	ซ	ะ	ค	ง	ฟ	ไ	ษ	ท	ซ	ม
ต	ั	ว	แ	ป	ร	ต	ม	ท	ม	ต	ด	ส	ด
โ	ม	เ	ล	ก	ฺ	ล	อ	ื	ถ	เ	ล	ฺ	แ
ม	พ	า	ภ	ธ	ท	พ	ั	ม	ั	ส	อ	ต	ต
ค	ว	า	ม	ถ	ี	่	ว	ะ	ภ	บ	ง	ร	ข

อะตอม	แม่เหล็ก
ความวุ่นวาย	มวล
เคมี	กลศาสตร์
ความหนาแน่น	โมเลกุล
อิเล็กตรอน	เครื่องยนต์
การทดลอง	อนุภาค
สูตร	สัมพัทธภาพ
ความถี่	สากล
แก๊ส	ตัวแปร
ความเร็ว	

33 - Bücher

ข	ผ	บ	ม	ห	า	ก	า	พ	ย	์	ภ	ฟ	น
ป	ป	ู	ร	ร	เ	ร	ี	่	อ	ง	ร	า	ว
ร	ร	ม	้	ิ	ล	ป	ต	ศ	ต	ฝ	า	ก	ว
ะ	ะ	ส	ถ	อ	บ	ก	ล	ถ	ภ	า	ค	า	ร
ว	ด	ช	ุ	ด	่	ท	ก	า	ว	ข	ย	ร	ร
้	ิ	ไ	ผ	า	ผ	า	้	น	ห	ว	ช	ผ	ณ
ต	ษ	ม	ณ	ร	ย	ร	น	อ	ล	ก	น	จ	ก
ิ	ฐ	อ	ไ	ซ	ผ	ห	ย	า	ย	ิ	น	ญ	ร
ศ	์	แ	น	น	ย	ี	ข	เ	ฟ	อ	อ	ภ	ร
า	ล	ฉ	ธ	ณ	ด	ี	ว	ก	ท	บ	้	ม
ส	ค	ุ	่	น	็	ป	เ	ม	า	ว	ค	ย	ไ
ต	ย	า	ย	ร	ร	บ	้	ุ	ผ	ค	อ	ค	ง
ร	ฟ	ห	ณ	ไ	ย	ถ	ู	ซ	า	ซ	อ	ฟ	ซ
์	ธ	แ	บ	ษ	ญ	ฝ	ผ	จ	เ	บ	า	เ	ต

การผจญภัย   ตลก
ผู้เขียน   บริบท
ความเป็นคู่   ผู้อ่าน
มหากาพย์   วรรณกรรม
ประดิษฐ์   บทกวี
ผู้บรรยาย   นิยาย
กลอน   หน้า
เรื่องราว   ชุด
เขียน   อนาถ
ประวัติศาสตร์

34 - Menschlicher Körper

จ	ฝ	เ	ฟ	ข	น	ก	ฝ	ธ	ฉ	ไ	พ	เ	ธ
ม	า	ล	า	ท	อ้	เ	อ้	ข	ว	ฟ	ง	ฉ
อู	ก	อื	อ้	ช	อิ	อ	ป	ท	ท	ภ	ภ	พ	น
ก	ม	อ	น	น	ล	ค	ศ	ณ	ป	ม	ส	ญ	แ
จ	ฝ	ด	ห	ค	ก	แ	ง	อ	ะ	อื	ณ	ป	ไ
ท	ข	า	ก	ร	ร	ไ	ก	ร	ก	อ	แ	ส	ห
ฉ	ถ	อ	ก	จ	ไ	ว	อ้	ห	า	ษ	ห	า	ล
ป	ณ	ห	จ	ฉ	ร	ด	ค	อ้	ป	ข	ผ	อู	อ่
ค	า	ง	เ	ผ	ณ	ด	ส	ว	ป	น	ฉ	ซ	ง
ด	ป	ษ	ช	จ	เ	ซ	ม	อิ	น	ก	ข	ป	ษ
บ	บ	า	ป	ฉ	ข	ฝ	อ	ผ	ธ	ค	ก	ต	ม
อ	ห	ส	ไ	ซ	อ่	เ	ง	ษ	ห	ง	ก	อ	ป
อ	ย	ข	อ	ฉ	า	บ	บ	ไ	ไ	ข	ศ	ธ	ว
ต	ะ	ฟ	ช	น	ษ	น	อิ	อ้	ว	เ	ษ	ย	ช

ขา	ขากรรไกร
เลือด	คาง
ข้อศอก	เข่า
นิ้ว	ข้อเท้า
สมอง	หัว
หน้า	ปาก
คอ	จมูก
มือ	หู
ผิว	ไหล่
หัวใจ	ลิ้น

35 - Landschaften

า	ถ	ธ	โ	เ	ก	า	ะ	ภ	ส	ไ	ค	ไ	ธ
ร	ข	บ	ซ	อ	ข	ศ	แ	◌ุ	เ	ก	ะ	ข	า
เ	บ	า	ส	ล	เ	ะ	ท	เ	ร	เ	อ	ไ	ร
ท	◌ุ	น	ด	ร	า	อ	ม	ข	ท	ซ	ง	บ	น
ภ	◌ุ	เ	ข	า	ไ	ฟ	ซ	า	◌ุ	อ	พ	◌ึ	◌ั
ท	ะ	เ	ล	ท	ร	า	ย	◌ิ	ม	ร	ศ	ง	◌ำ
เ	ซ	ส	ไ	ค	ข	จ	ฉ	ล	ส	◌์	ป	ถ	แ
น	อ	อ	แ	ก	ก	า	ข	เ	บ	◌ุ	ห	พ	ข
◌ิ	ภ	◌่	ฟ	ไ	ต	น	า	ะ	า	ญ	อ	ส	◌ึ
น	ร	ณ	า	ไ	ะ	◌ำ	ร	ท	ค	ฉ	ย	ฝ	ง
เ	ห	ญ	เ	ว	ภ	ง	◌้	ช	า	ย	ห	า	ด
ข	บ	ธ	ย	ผ	แ	ม	◌่	น	◌้	◌ำ	◌้	ถ	ข
า	ภ	◌ุ	เ	ข	า	น	◌้	◌ำ	แ	ข	◌ึ	ง	ส
ช	ม	ณ	ร	ธ	ง	แ	ฉ	ต	ว	า	ช	น	ฝ

ภูเขา	ทะเล
ภูเขาน้ำแข็ง	โอเอซิส
แม่น้ำ	ทะเลสาบ
ไกเซอร์	ชายหาด
ธารน้ำแข็ง	บึง
อ่าว	หุบเขา
คาบสมุทร	ทุนดรา
ถ้ำ	ภูเขาไฟ
เนินเขา	น้ำตก
เกาะ	ทะเลทราย

36 - Abenteuer

ค	เ	ะ	ค	ง	ฉ	จ	ไ	ภ	ส	ผ	ค	ท	ข
ว	ภ	ม	ต	ว	ม	ส	ถ	ร	ภ	ิ	ว	ั	ภ
า	ง	า	ท	ย	า	ล	ป	จ	ต	ด	า	ศ	ธ
ม	ว	ผ	ไ	ศ	ง	ม	ศ	ไ	จ	ป	ม	น	ร
ก	ร	ง	ท	ผ	ม	ช	ป	ก	อ	ก	ย	ศ	ร
ล	แ	า	น	ค	า	ส	เ	ล	ย	ต	า	ึ	ม
ั	ภ	ท	ว	ม	ว	ฝ	พ	ป	อ	ิ	ก	ก	ช
า	ภ	น	ข	ษ	ค	ฝ	ื	แ	ล	ด	ษ	ษ	า
ห	ห	ิ	ข	ฟ	บ	ญ	่	า	า	น	ภ	า	ต
า	พ	ด	ท	ศ	ถ	ง	อ	่	ร	ำ	น	ั	ิ
ญ	ะ	เ	ฉ	ซ	ฟ	ล	น	น	ไ	ห	ม	่	ย
ก	า	ร	ต	ร	ะ	เ	ต	ร	ี	ย	ม	แ	ท
อ	ย	า	ร	ต	น	ั	อ	โ	อ	ก	า	ส	จ
ข	ง	ก	ก	ิ	จ	ก	ร	ร	ม	ศ	ป	ท	ณ

กิจกรรม	การเดินทาง
ทัศนศึกษา	ความงาม
โอกาส	ความยาก
จอย	ความปลอดภัย
เพื่อน	ความกล้าหาญ
อันตราย	ผิดปกติ
ธรรมชาติ	น่าแปลกใจ
นำร่อง	การตระเตรียม
ใหม่	ปลายทาง

37 - Flugzeuge

ก	ก	า	ร	ผ	จ	ญ	ภ	ั้ย	ย	อ	ค	ร	ป
ก	า	ย	ไ	ถ	ฟ	ง	า	ท	ำ	น	ว	ณ	ร
า	อ	ร	ส	ป	ป	ล	จ	ล	ไ	บ	า	ร	ะ
ร	อ	ฉ	ต	ซ	ถ	ิ	น	ุ	ผ	ิ	ม	ไ	ว
ก	ก	ค	ล	ก	ป	พ	จ	ก	ู	ก	ป	บ	็
่	แ	ซ	ป	ต	ท	เ	เ	โ	้	็	ั	พ	ต
อ	บ	อ	ศ	ร	ด	อ	ร	ป	โ	น	่	ั	ิ
ส	บ	า	ร	ษ	ง	้	ด	่	ด	ถ	น	ด	ศ
ร	ณ	ภ	า	แ	ุ	ื	โ	ง	ย	ผ	ป	ง	า
้	ไ	ว	า	น	ส	ช	ฮ	พ	ส	ะ	่	ซ	ส
า	ภ	เ	ส	ห	ม	เ	ไ	ซ	า	ก	ว	ม	ต
ง	บ	ร	ร	ย	า	ก	า	ศ	ร	ล	น	ต	ร
อ	า	ก	า	ศ	ว	ล	ุ	ก	เ	ร	ื	อ	์
ม	ล	ผ	ณ	ผ	ค	ง	ท	้	อ	ง	ฟ	้	า

การผจญภัย
การตกทอด
บรรยากาศ
ลูกโป่ง
เชื้อเพลิง
ลูกเรือ
ออกแบบ
ประวัติศาสตร์
ท้องฟ้า

ความสูง
การก่อสร้าง
อากาศ
นำทาง
ผู้โดยสาร
นักบิน
ใบพัด
ความปั่นป่วน
ไฮโดรเจน

38 - Haartypen

ส	ธ	ม	ฉ	ผ	เ	บ	ห	ม	ไ	ฝ	ซ	ล	ข
แ	ี	ค	ร	า	ศ	ต	ม	ศ	ซ	ณ	ษ	ข	ม
ธ	ส	บ	ส	ภ	น	ภ	ผ	า	พ	ห	แ	ข	ไ
ย	ข	ด	ล	ฝ	ะ	ไ	ญ	เ	ง	ศ	ท	ค	ธ
ข	ว	า	ย	อ	แ	ข	็	ง	แ	ร	ง	ส	ี
ไ	ฟ	ง	ว	า	น	ห	ั	ว	ล	้	า	น	ถ
ษ	ค	เ	แ	ห	ำ	ด	ี	ส	ป	แ	บ	ว	ย
ส	ี	เ	ท	า	ย	เ	่	จ	ย	พ	บ	า	ง
ซ	ท	ป	ห	บ	ข	ั	ช	ศ	ร	ท	ศ	ถ	้
ส	ั	้	น	ิ	ง	เ	ก	ิ	ย	ห	ไ	ั	ห
ส	ี	น	้	ำ	ต	า	ล	ฝ	ญ	ย	จ	ก	แ
อ	่	อ	น	น	ุ	่	ม	ฝ	พ	ะ	ม	ฉ	ผ
ถ	ั	ก	เ	ป	ี	ย	ญ	ฟ	ธ	ล	ษ	ไ	ง
บ	ใ	ข	น	ใ	ณ	ณ	า	ง	ซ	ก	บ	ศ	ว

สีบลอนด์	สั้น
สีน้ำตาล	ยาว
หนา	หยิก
บาง	สีดำ
สี	เงิน
ถัก	แห้ง
แข็งแรง	อ่อนนุ่ม
เงา	ขาว
สีเทา	หยัก
หัวล้าน	ถักเปีย

39 - Essen #1

ห	ถ	ป	ถ	ั	่	ว	ล	ิ	ส	ง	น	ย	ส
ธ	ญ	ข	แ	ก	ม	อ	ห	ว	ั	ห	า	ย	ณ
ษ	ข	พ	ค	า	น	่	้	ท	อ	ษ	พ	พ	ด
ม	อ	ร	ร	แ	ท	ไ	ฝ	ส	บ	น	ะ	ด	ใ
ซ	ุ	ป	อ	ฟ	ย	์	ล	่	เ	์	ร	า	บ
ฉ	ล	ใ	ท	ธ	ข	ล	ซ	ง	ช	ล	ห	ก	ผ
เ	ม	ย	ื	ท	เ	ะ	ร	ก	ย	ู	โ	ก	ั
ร	ก	ั	น	้	ำ	ต	า	ล	ข	ก	พ	ผ	ก
ส	ฟ	ล	ไ	น	ณ	ย	ไ	ษ	ญ	แ	ถ	ั	โ
ษ	ผ	แ	ื	ล	ห	ส	เ	ง	ภ	พ	ก	ว	ข
ส	ล	ั	ด	อ	ผ	เ	แ	น	า	ร	ด	ั	ม
ก	จ	ถ	ภ	ล	ใ	ำ	ม	ถ	ื	์	ข	ห	ฝ
ถ	เ	ก	ง	า	จ	ค	้	ช	ธ	้	ไ	ถ	ผ
ฟ	ป	า	ถ	ว	ฝ	ม	ะ	น	า	ว	อ	ษ	เ

โหระพา น้ำผลไม้
ลูกแพร์ สลัด
ถั่วลิสง เกลือ
เนื้อ ผักโขม
บาร์เล่ย์ ซุป
กาแฟ ทูน่า
แครอท อบเชย
กระเทียม มะนาว
นม น้ำตาล
หัวผักกาด หัวหอม

40 - Gebäude

ม	ห	อ	ด	◌ู	ด	า	ว	โ	บ	พ	ข	ธ	ย
ช	ห	น	ไ	ป่	บ	ห	ญ	ถ	ร	ง	ร	โ	ร
ล	ซ	า	ส	ถ	า	น	ท	◌ู	ต	ง	ท	ฉ	ฟ
ฉ	ล	้	ว	พ	ต	ก	ร	ค	ะ	ล	ง	ร	โ
ม	ต	บ	ใ	◌ิ	◌ิ	แ	ต	พ	ห	ะ	ป	า	า
จ	แ	ป	น	ป	ท	พ	ศ	เ	◌้	ณ	ร	ท	น
ฟ	า	ร	◌์	ม	ศ	ย	◌ิ	ช	า	ย	า	◌ี	เ
ด	น	ว	ท	ส	ท	อ	า	ธ	ง	ว	ส	◌่	ต
ย	ง	ง	ช	ใ	อ	ค	ญ	ล	ภ	ก	า	พ	◌็
ไ	ร	ไ	พ	ซ	ธ	อ	ไ	ง	◌้	◌้	ท	◌้	น
ป	โ	ร	ญ	ผ	ช	ห	บ	ษ	ง	ย	ณ	ก	ท
โ	ร	ง	ภ	า	พ	ย	น	ต	ร	◌์	ช	ฑ	◌์
โ	ร	ง	พ	ย	า	บ	า	ล	เ	ห	ต	ร	◌์
โ	ร	ง	แ	ร	ม	โ	ร	ง	เ	ร	◌ี	ย	น

ฟาร์ม	พิพิธภัณฑ์
สถานทูต	หอดูดาว
โรงงาน	โรงนา
โรงรถ	ปราสาท
บ้าน	โรงเรียน
ที่พัก	โรงละคร
โรงแรม	หอคอย
ห้าง	มหาวิทยาลัย
โรงภาพยนตร์	เต็นท์
โรงพยาบาล	

41 - Angeln

ผ	ณ	น	พ	ใ	ต	ะ	ไ	บ	ว	ใ	ฝ	เ	พ
น	ข	พ	ไ	ก	ฉ	น	ไ	ือ	า	ส	ห	ห	ร
น	ธ	ก	เ	ร	ก	ไ	ร	ร	ก	า	ข	ง	ถ
ท	ะ	เ	ล	ส	า	บ	ต	ค	น	้	ำ	ือ	ต
ด	ซ	ม	ส	ด	า	ห	ย	า	ช	ฝ	ณ	อ	ญ
อ	ว	ห	ภ	ว	พ	จ	า	ไ	ช	ถ	ศ	ก	เ
ม	ผ	า	น	ล	น	ท	ใ	อ	ษ	ั	ศ	ต	ค
า	บ	ส	ำ	น	้	่	ม	แ	ำ	น	่	จ	ศ
ว	ฝ	ม	ซ	ธ	ำ	ซ	ด	ข	เ	ท	ง	ง	ต
ค	เ	ุ	ซ	ม	ห	ก	ฤ	เ	ห	ย	ือ	่	อ
บ	ร	ท	ล	จ	น	ก	เ	ด	ธ	จ	บ	ส	ข
ร	ือ	ร	ษ	ด	ั	ย	ต	า	ุ	ช	ค	น	ะ
ข	อ	ง	น	ข	ก	ต	ะ	ก	ร	้	า	ถ	ต
ซ	พ	ต	อ	อ	ุ	ป	ก	ร	ณ	์	ฝ	ล	ง

อุปกรณ์   เหงือก
เรือ   ทำอาหาร
ลวด   ตะกร้า
ครีบ   เหยื่อ
แม่น้ำ   มหาสมุทร
ความอดทน   ทะเลสาบ
น้ำหนัก   ชายหาด
ตะขอ   ตาชั่ง
ฤดู   น้ำ
ขากรรไกร

42 - Essen #2

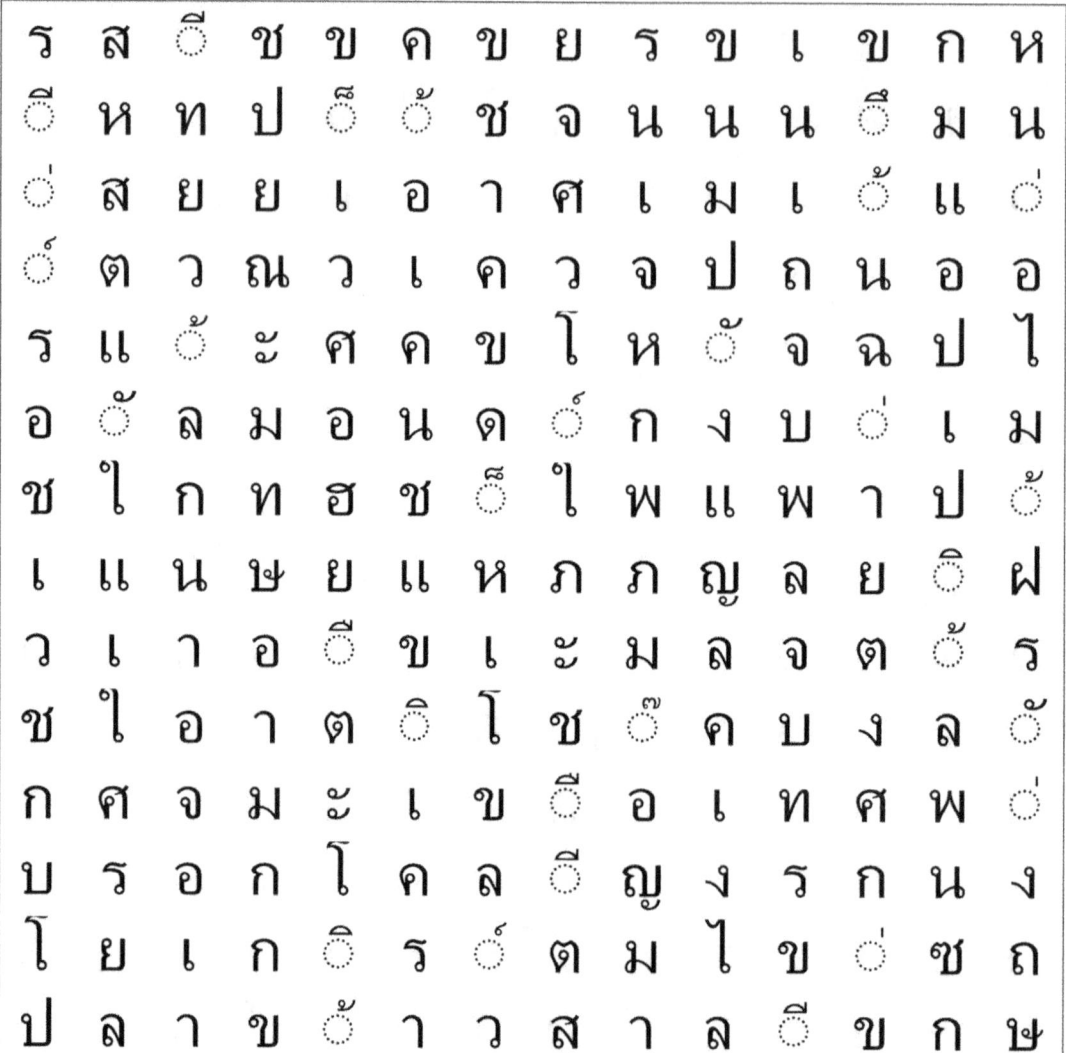

แอปเปิ้ล เชอร์รี่
อาติโช๊ค อัลมอนด์
มะเขือ เห็ด
กล้วย ข้าว
บรอกโคลี แฮม
ขนมปัง ช็อคโกแลต
ไข่ ขึ้นฉ่าย
ปลา หน่อไม้ฝรั่ง
โยเกิร์ต มะเขือเทศ
ชีส ข้าวสาลี

43 - Energie

แบตเตอรี่
น้ำมันเบนซิน
เชื้อเพลิง
ดีเซล
ไฟฟ้า
อิเล็กตรอน
เอนโทรปี
ทดแทน
อุตสาหกรรม

คาร์บอน
นิวเคลียร์
โฟตอน
ดวงอาทิตย์
กังหัน
สิ่งแวดล้อม
มลพิษ
ลม

44 - Familie

ภ	ท	อ	ะ	ซ	ป	ภ	ห	ศ	ป	ฝ	เ	ช	ภ
ง	ร	ป	ถ	จ	ง	◌ุ	ล	ร	เ	ด	◌็	ก	ฉ
ธ	ไ	ร	ซ	ศ	◌ี	ม	า	ส	ซ	ด	ด	อ	บ
น	พ	ศ	ย	ษ	ม	ฟ	น	ย	ท	ฝ	บ	ง	ว
◌้	บ	◌่	ฟ	า	ม	ไ	ส	ฉ	ซ	ป	ร	ง	ก
อ	ร	ข	อ	อ	ธ	ว	า	ด	ร	า	ม	แ	ท
ง	ร	ฟ	ร	ด	ร	แ	ว	า	ส	ง	อ	◌้	น
ช	พ	ก	ม	ถ	ฟ	ฉ	ก	ศ	แ	ม	◌่	เ	ต
า	บ	ด	เ	ง	ป	◌ุ	◌่	ไ	ล	ท	ล	ข	า
ย	◌ุ	◌็	ะ	ท	ด	ก	ซ	ป	◌ู	ว	ด	ช	ศ
ป	ร	เ	ต	า	ห	อ	ะ	ล	ก	พ	พ	ม	ต
◌้	◌ุ	ย	า	ช	น	า	ล	ห	ส	เ	น	ด	ฉ
า	ษ	◌้	า	ช	ณ	พ	ห	ฟ	า	พ	ญ	ย	ห
ไ	พ	ว	ล	ย	ศ	พ	ช	ห	ว	ถ	ฉ	ธ	ว

น้องชาย	หลานชาย
ภรรยา	หลานสาว
สามี	ลุง
ยาย	น้องสาว
ปู่	ป้า
เด็ก	ลูกสาว
วัยเด็ก	พ่อ
แม่	บรรพบุรุษ
มารดา	

45 - Pflanzen

จ	ร	ม	ห	บ	ฉ	เ	ธ	ม	ข	ส	ล	ก	ศ
จ	ท	า	ด	อ	บ	บ	ษ	อ	พ	ม	ม	ณ	ม
ม	แ	ธ	ก	ณ	ใ	เ	ณ	ส	ถ	◌ุ	พ	ณ	ง
ถ	ธ	ว	ถ	ฟ	ส	ห	ท	ส	ธ	น	ฤ	ญ	ง
ฉ	ช	◌ี	บ	ล	ว	ญ	ญ	◌์	ณ	ไ	ก	ธ	อ
ก	ล	◌ี	บ	อ	น	ษ	ก	◌้	ท	พ	ษ	ฟ	ท
ญ	ณ	ห	ก	ร	ช	ษ	ห	◌้	า	ร	ศ	บ	ป
ด	ษ	ถ	ฟ	า	ร	เ	ส	ม	◌้	ท	า	◌ุ	◌ฺ
ไ	อ	ว	◌ี	◌่	ต	◌้	น	ไ	ม	◌้	ส	ช	◌๋
ป	ป	ษ	น	บ	ช	ท	ง	ก	ไ	ม	ต	า	ย
อ	◌่	เ	ร	ช	พ	เ	ง	อ	บ	ะ	ร	ก	ถ
พ	จ	า	ณ	ง	ท	ณ	ค	ด	ไ	ค	◌์	บ	◌้
◌ี	ไ	ม	◌้	ไ	ผ	◌่	พ	ร	ไ	ถ	ย	ซ	◌่
ช	เ	บ	อ	ร	◌์	ร	◌ี	◌่	ห	ข	ค	า	ว

ไม้ไผ่	ฟลอรา
ต้นไม้	สวน
เบอร์รี่	หญ้า
ดอกไม้	กระบองเพชร
กลีบ	สมุนไพร
ถั่ว	ใบไม้
พฤกษศาสตร์	มอสส์
บุช	พืช
ปุ๋ย	ป่า
ไอวี่	ราก

46 - Kunst

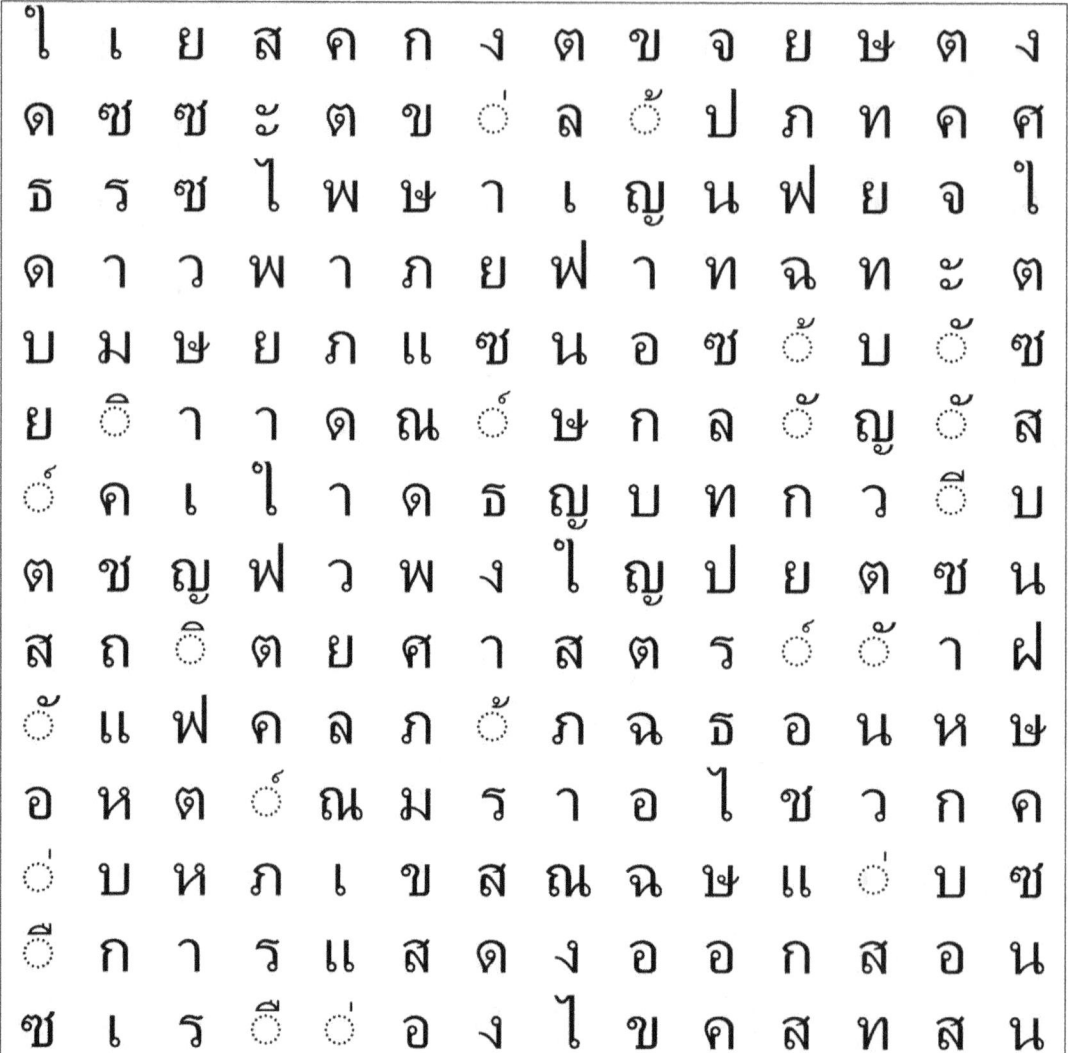

ใ	เ ย	ส	ค	ก	ง	ต	ข	จ	ย	ษ	ต	ง
ด	ซ	ซ	ะ	ต	ข	่	ล	้	ป	ภ	ท	ค	ศ
ธ	ร	ซ	ไ	พ	ษ	า	เ ญ	น	ฟ	ย	จ	ใ
ด	า	ว	พ	า	ภ	ย	ฟ	า	ท	ฉ	ท	ะ	ต
บ	ม	ษ	ย	ภ	แ	ซ	น	อ	ซ	้	บ	้	ซ
ย	ิ	า	า	ด	ณ	์	ษ	ก	ล	ั	ญ	ั	ส
์	ค	เ	ใ	า	ด	ธ	ญ	บ	ท	ก	ว	ื	บ
ต	ช	ญ	ฟ	ว	พ	ง	ไ	ญ	ป	ย	ต	ซ	น
ส	ถ	ิ	ต	ย	ศ	า	ส	ต	ร	์	ั	า	ฝ
้	แ	ฟ	ค	ล	ภ	้	ภ	ฉ	ธ	อ	น	ห	ษ
อ	ห	ต	์	ณ	ม	ร	า	อ	ไ	ช	ว	ก	ค
่	บ	ห	ภ	เ	ข	ส	ณ	ฉ	ษ	แ	่	บ	ซ
ื	ก	า	ร	แ	ส	ด	ง	อ	อ	ก	ส	อ	น
ซ	เ	ร	ื ่	อ	ง	ไ	ข	ค	ส	ท	ส	น

การแสดงออก   ส่วนตัว
ซื่อสัตย์   บทกวี
ง่าย   วาดภาพ
เรื่อง   สร้าง
ภาพวาด   อารมณ์
เซรามิค   สถิตยศาสตร์
ซับซ้อน   สัญลักษณ์
ต้นฉบับ   ภาพ

47 - Gewürze

เ	ง	ิ	ข	ภ	ง	ห	ส	ต	พ	ร	ป	ส	น
ก	ข	ต	ข	ณ	ก	ป	า	แ	บ	แ	ศ	ฟ	จ
ล	ว	า	ร	่	ห	ย	ี	่	ด	็	ม	เ	เ
ื	ข	ช	ว	ค	น	ั	ท	เ	ม	็	ก	ว	ป
อ	ป	ส	ฉ	เ	า	ก	ห	ไ	ข	ฉ	ข	น	ร
โ	ป	ร	ห	ข	ว	พ	ร	ว	ก	ญ	จ	ิ	ี
ป	น	ห	ญ	ว	ะ	ท	ล	ะ	า	ิ	ณ	ล	้
็	า	ก	้	ิ	ร	ป	า	ป	เ	น	ร	า	ย
ย	ธ	า	า	ผ	ก	ซ	ด	จ	ว	ท	ห	พ	ว
ก	ผ	น	ฝ	ย	ห	ั	ว	ห	อ	ม	ี	น	ป
ั	แ	พ	ร	ช	ะ	เ	อ	ม	เ	ท	ศ	ย	ต
็	ก	ู	้	เ	จ	ไ	ย	ด	ต	ห	น	ว	ม
ก	ง	ล	่	บ	ป	ห	ย	ะ	ล	ก	า	แ	แ
ธ	ค	เ	น	อ	ด	ก	ไ	ร	ะ	า	ฟ	ม	ด

โป๊ยกั้ก กานพูล
ขม ปาปริก้า
แกง พริกไทย
เม็ดยี่หร่า หญ้าฝรั่น
รสชาติ เกลือ
ขิง เปรี้ยว
กระวาน หวาน
กระเทียม วนิลา
ชะเอมเทศ อบเชย
นัทเม็ก หัวหอม

48 - Kreativität

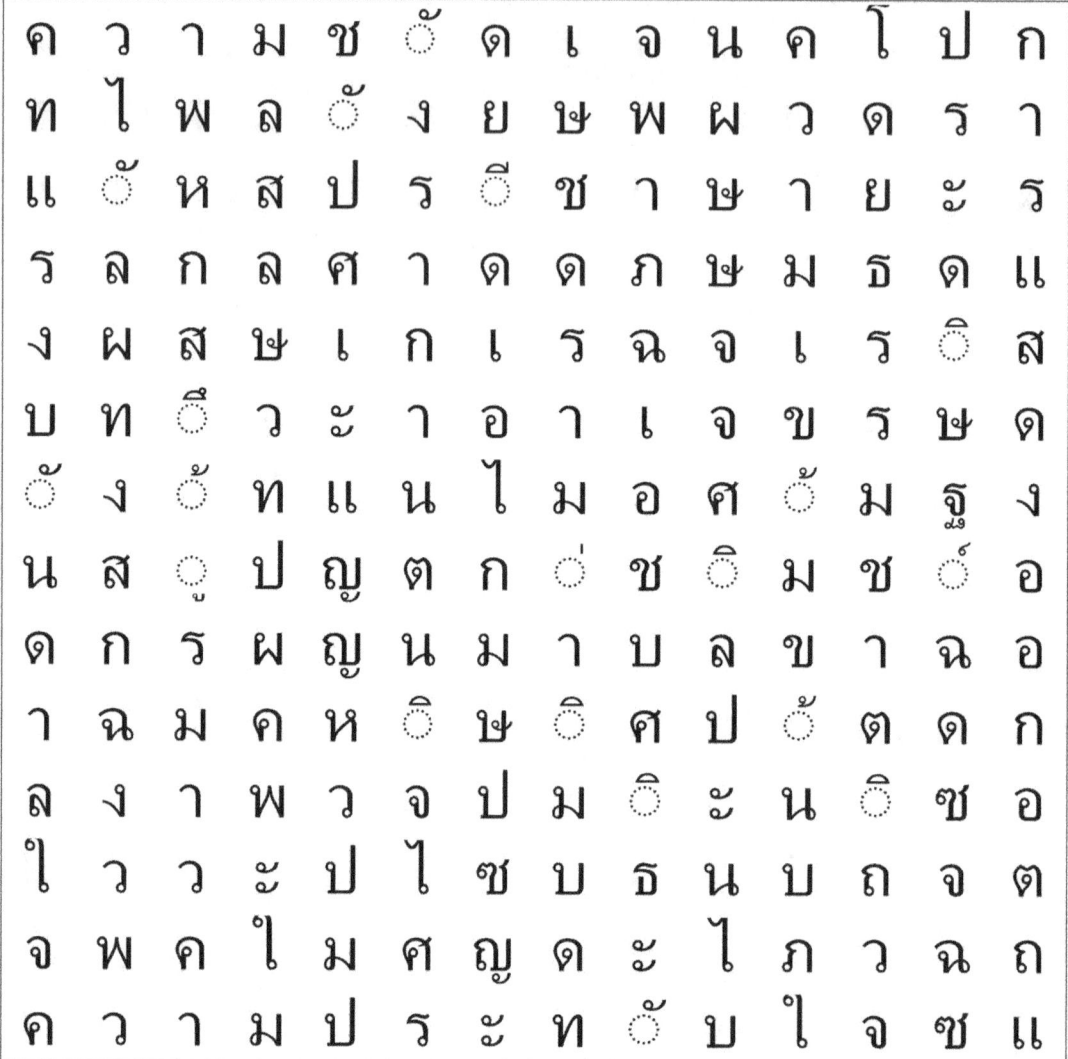

การแสดงออก
แท้
ภาพ
ดราม่า
ความประทับใจ
ประดิษฐ์
ทักษะ
ไหล
ความรู้สึก
ไอเดีย

แรงบันดาลใจ
ความเข้มข้น
ปรีชา
ความชัดเจน
ศิลปะ
จินตนาการ
โดยธรรมชาติ
นิมิต
พลัง

49 - Geschäft

ก	ช	ษ	ว	ว	ข	ส	ย	ไ	ซ	ธ	เ	ค	า
ม	ำ	บ	ธ	ห	ล	ฟ	่	ก	ห	ฉ	อ	่	ร
้	ด	ไ	ย	า	ร	ค	ศ	ว	ว	ท	ม	า	ต
ผ	ถ	ม	ร	ร	ก	ร	ุ	ธ	น	ล	ท	ใ	น
ศ	ท	ซ	จ	น	ภ	ผ	จ	ท	า	ล	ย	ช	ิ
ิ	ญ	ธ	ก	ษ	พ	ล	ผ	น	้	ฝ	ด	้	ง
ฟ	ส	ผ	ว	ณ	น	ข	ช	ง	ร	ร	ณ	จ	เ
ฟ	เ	ต	ซ	จ	ั	น	า	ง	ง	ร	โ	่	ง
อ	า	ช	ี	พ	ก	ศ	ฟ	ย	จ	ป	ะ	า	ิ
อ	ใ	ห	ษ	จ	ง	ส	ิ	น	ค	้	า	ย	น
ท	ล	า	า	ณ	า	ม	ะ	ร	ป	บ	ง	อ	อ
ต	ร	ฉ	ภ	อ	น	ุ	ท	ง	ล	ร	า	ก	ศ
ก	ฟ	ค	ะ	ผ	ุ	้	จ	้	ด	ก	า	ร	เ
น	า	ย	จ	้	า	ง	ฉ	ไ	ข	ย	ร	ธ	อ

นายจ้าง	ค่าใช้จ่าย
งบประมาณ	ผู้จัดการ
ออฟฟิศ	พนักงาน
รายได้	ส่วนลด
โรงงาน	ภาษี
เงิน	ธุรกรรม
ร้าน	ขาย
กำไร	สินค้า
การลงทุน	เงินตรา
อาชีพ	

50 - Ingenieurwesen

ฝ ล ข ษ เ ว ร ห แ ส ก บ แ เ
ม ก โ ไ ซ ล ม ข ร ห า ด ร ค
ก ซ ก ค ค ห น พ ง เ ร ต ง ร
ก า ฉ ผ ร เ ด ส ข ก ก เ เ ื
ด า ร จ ซ ง ร แ ั ี ร ค ส ่
ื ผ ร ก ฟ อ ส ป บ ย ะ ร ื อ
เ ธ ม ค ่ ข ภ ร ถ ร จ ื ย ง
ซ ญ ณ ไ ำ อ ฉ ท ้ ์ า ่ ด ย
ล ฉ ไ ว ฟ น ส อ ค า ย อ ท น
ค ั น โ ย ก ว ร ญ ถ ง ง า ต
ค ว า ม ล ึ ก ณ ้ น ณ จ น ์
แ ก น ก า ร ว ั ด า ผ ั ม ไ
ค ว า ม ม ั ่ น ค ง ง ก ฺ ก
จ ด พ ล ั ง ง า น ห ภ ร ม จ

แกน	การวัด
แรงขับ	เครื่องยนต์
การคำนวณ	แรงเสียดทาน
ดีเซล	ความมั่นคง
พลังงาน	แรง
ของเหลว	โครงสร้าง
เกียร์	ความลึก
คันโยก	การกระจาย
การก่อสร้าง	มุม
เครื่องจักร	

51 - Kaffee

น	้	ำ	ง	ำ	ฉ	ไ	ิ	ไ	ต	ว	ล	พ	ว
ร	ไ	ค	ล	ด	ญ	ฉ	ต	ษ	ง	ซ	ไ	ไ	ถ
ค	า	ม	่	ี	ท	ค	า	เ	ฟ	อ	ี	น	้
ฟ	ร	ค	ฟ	ส	ญ	ภ	ช	เ	ศ	ส	ร	ภ	ว
เ	ป	ี	า	้	ช	เ	ส	ญ	อ	แ	บ	ก	ย
ะ	ว	ไ	ม	ข	ด	ด	ร	ณ	ณ	ก	ม	น	พ
ค	ว	า	ม	ห	ล	า	ก	ห	ล	า	ย	้	ท
ป	ผ	ร	น	ท	ช	ค	ณ	ด	เ	ไ	ย	ำ	ฉ
ก	ล	ิ	่	น	ห	อ	ม	ี	เ	ถ	พ	ต	ค
ม	ฟ	า	เ	บ	ป	ต	ต	่	ถ	ต	อ	า	ม
ถ	ย	ญ	ะ	ผ	ซ	ป	จ	ม	ผ	ศ	ป	ล	ศ
เ	ค	ร	ื	่	อ	ง	ด	ื	่	ม	ก	ธ	ค
ถ	แ	ฉ	า	ธ	ก	ข	ไ	ค	บ	บ	ฉ	ญ	น
ข	อ	ง	เ	ห	ล	ว	ษ	น	ว	ด	จ	ว	ร

กลิ่นหอม	เช้า
ขม	ราคา
ครีม	สีดำ
กรอง	ถ้วย
ของเหลว	ดื่ม
รสชาติ	ที่มา
เครื่องดื่ม	ความหลากหลาย
คาเฟอีน	น้ำ
บด	น้ำตาล
นม	

52 - Gemüse

ป	ท	ม	ผ	ฉ	ม	อ	หว	ั	ห	ห	ศ	ห
ญ	แษ	ั	ว	ย	ั	ต	ข	เ	ง	ิ	ข	ั
ป	ข	เ	ก	ญ	ี	บ	น	ล	ฉ	อ	ข	ข	ว
บ	ศ	บ	โ	ธ	ท	ก	อ	ฝ	ง	ท	ไ	ป	ผ
ก	ร	ด	ข	ว	เ	หะ	ษ	ร	ก	ด	า	ั
เ	ว	อ	ม	ด	ะ	ณ	บ	ห	ก	ั	ศ	ว	ก
ว	ณ	ว	ก	ฉ	ร	จ	ง	ค	ล	ฟ	่	ก	ก
เ	หั	็	ด	โ	ก	ถ	ั	่	ว	่	ย	ง	า
ะ	น	ญ	ั	ก	ค	ย	ภ	ร	อ	ฉ	ำ	ต	ด
ย	ง	อ	ล	ณ	ษ	ล	ช	ญ	ถ	ส	ว	แ	แ
น	ผ	เ	ส	ะ	พ	ไ	ี	ม	ะ	ก	อ	ก	ค
ม	ะ	เ	ข	ื	อ	เ	ท	ศ	แ	จ	ท	ซ	ร
แ	ฝ	ก	ผ	ั	ก	ช	ี	ฝ	ร	ั	่	ง	อ
ศ	ม	ะ	เ	ข	ื	อ	ถ	เ	ล	ย	ณ	ค	ท

มะเขือ	ฟักทอง
กะหล่ำ	มะกอก
บรอกโคลี	ผักชีฝรั่ง
ถั่ว	เห็ด
แตงกวา	หัวผักกาด
ขิง	สลัด
แครอท	ผักโขม
มันฝรั่ง	มะเขือเทศ
กระเทียม	หัวหอม

53 - Schönheit

```
ร  ซ  ต  ผ  ช  ช  ก  ซ  เ  ศ  ถ  แ  ผ  ศ
จ  ช  ะ  ใ  ส  ณ  ง  ร  ก  ไ  ร  ร  ก  เ
ถ  อ่  า  ย  ร  ู  ป  ก  ะ  ช  า  ธ  ฑ  ส
ส  ค  อ่  บ  ด  พ  ง  เ  ธ  จ  ค  เ่  น
ไ  ว  ร  ก  ร  เ  ร  ี  ย  บ  ก  ม  ณ  ิ
ต  า  า  ล  น  ิ  น  ส  ก  ถ  อ  ย  ภ  ห
ล  ม  ค  ิ  ม  ด  ก  ้  ณ  ุ  ญ  ร  ์  ่
ิ  ง  ส  อ่  ณ  ว  ต  า  ำ  พ  ณ  า  ต  ด
ส  ด  า  น  ศ  ฉ  ิ  อ่  ร  ม  ห  ย  ิ  ก
ต  ง  ม  ห  ย  ท  ส  ง  บ  ช  ์  ใ  ล  ม
์  า  ถ  อ  ฟ  ผ  ป  ส  ธ  แ  ม  น  ผ  ถ
ษ  ม  ข  ม  ช  ผ  ิ  ธ  ฝ  า  ม  แ  จ  ต
ผ  ิ  ว  บ  แ  ย  ล  ถ  ไ  า  อ  อ  ผ  ก
เ  ค  ร  ื  อ่  ง  ส  ำ  อ  า  ง  ซ  ฝ
```

เกรซ	เครื่องสำอาง
เสน่ห์	ลิปสติก
บริการ	หยิก
กลิ่นหอม	น้ำมัน
สง่า	ผลิตภัณฑ์
ความงดงาม	กรรไกร
สี	แชมพู
ถ่ายรูป	กระจก
เรียบ	สไตลิสต์
ผิว	มาสคาร่า

54 - Ernährung

ค ร อ ด ส ว ป ง ก ร ง จ ญ ก
◌ุ ส พ า ณ ม น ม ◌ิ า ต ◌ิ ว า
ณ ช ณ ณ ห ค ด ฟ ฟ ห พ ค า ร
ภ า ฝ แ ไ า พ ◌ุ ฉ า ◌ิ ป ษ ห
า ต ว ซ ข ข ร ใ ล อ ษ ผ ใ ม
พ ◌ิ ฝ จ ส ม ฝ โ ป ร ต ◌ี น ◌ั
ก า ร ย ◌่ อ ย ส ฉ า ป ล ซ ก
ะ ไ ไ ะ แ ด ซ ฉ ญ ส ภ ธ ◌ี ก
บ พ แ ค ล อ ร ◌ี ◌่ ห ท ส เ ◌ิ
ค า ร ์ โ บ ไ ฮ เ ด ร ต ร น
ห ภ ค ว า ม ก ร ะ ห า ย ◌ี ไ
ภ ข บ ใ ฟ น ◌้ ำ ห น ◌ั ก ย ด
อ ◌ุ แ ข ◌็ ง แ ร ง ต ด ษ ล ◌้
ด ส ส เ ม ย ฉ ภ ด ณ ภ ษ ษ

ความกระหาย	น้ำหนัก
สมดุล	แคลอรี่
ขม	คาร์โบไฮเดรต
อาหาร	สารอาหาร
กินได้	โปรตีน
การหมัก	คุณภาพ
รสชาติ	ซอส
แข็งแรง	พิษ
สุขภาพ	การย่อย
ซีเรียล	วิตามิน

55 - Länder #1

เ	ว	เ	น	ซ	◌ุ	เ	อ	ล	า	ป	โ	ง	ข
พ	ะ	ภ	เ	ว	◌ี	ย	ด	น	า	ม	ป	ษ	ส
ก	เ	ภ	บ	า	ซ	ษ	ฟ	ฝ	ะ	แ	แ	จ	อ
ย	◌ั	เ	ซ	เ	น	ก	◌ั	ล	ย	ฝ	ล	ฟ	◌ิ
ด	ต	ม	ฝ	อ	แ	ค	น	า	ด	า	น	น	ต
◌ี	ฉ	ญ	พ	ต	◌ี	อ	◌ิ	ร	◌ั	ก	ด	อ	า
เ	อ	พ	บ	◌ุ	ส	ย	ษ	ษ	ถ	ห	◌์	ร	ล
น	ะ	ณ	จ	ฉ	ช	ล	◌ิ	ซ	า	ร	บ	◌์	◌ี
◌ิ	เ	ง	ก	◌ี	ล	า	ม	ป	ล	ข	ฟ	เ	น
อ	◌ิ	ส	ร	า	เ	อ	ล	ศ	ต	เ	ท	ว	ม
ม	ฟ	◌ิ	น	แ	ล	น	ด	◌์	ศ	◌์	ฉ	ย	ร
ฉ	ง	ซ	ป	ล	◌ั	ต	เ	ว	◌ี	ย	พ	◌์	อ
ย	◌ี	น	เ	า	ม	ร	โ	ล	ะ	ง	ษ	ฉ	ย
เ	ศ	ฟ	ส	น	◌ิ	ก	า	ร	า	ก	◌ั	ว	เ

อียิปต์ ลัตเวีย
บราซิล มาลี
เยอรมนี นิการากัว
ฟินแลนด์ นอร์เวย์
อินเดีย โปแลนด์
อิรัก โรมาเนีย
อิสราเอล เซเนกัล
อิตาลี สเปน
กัมพูชา เวเนซุเอลา
แคนาดา เวียดนาม

56 - Technologie

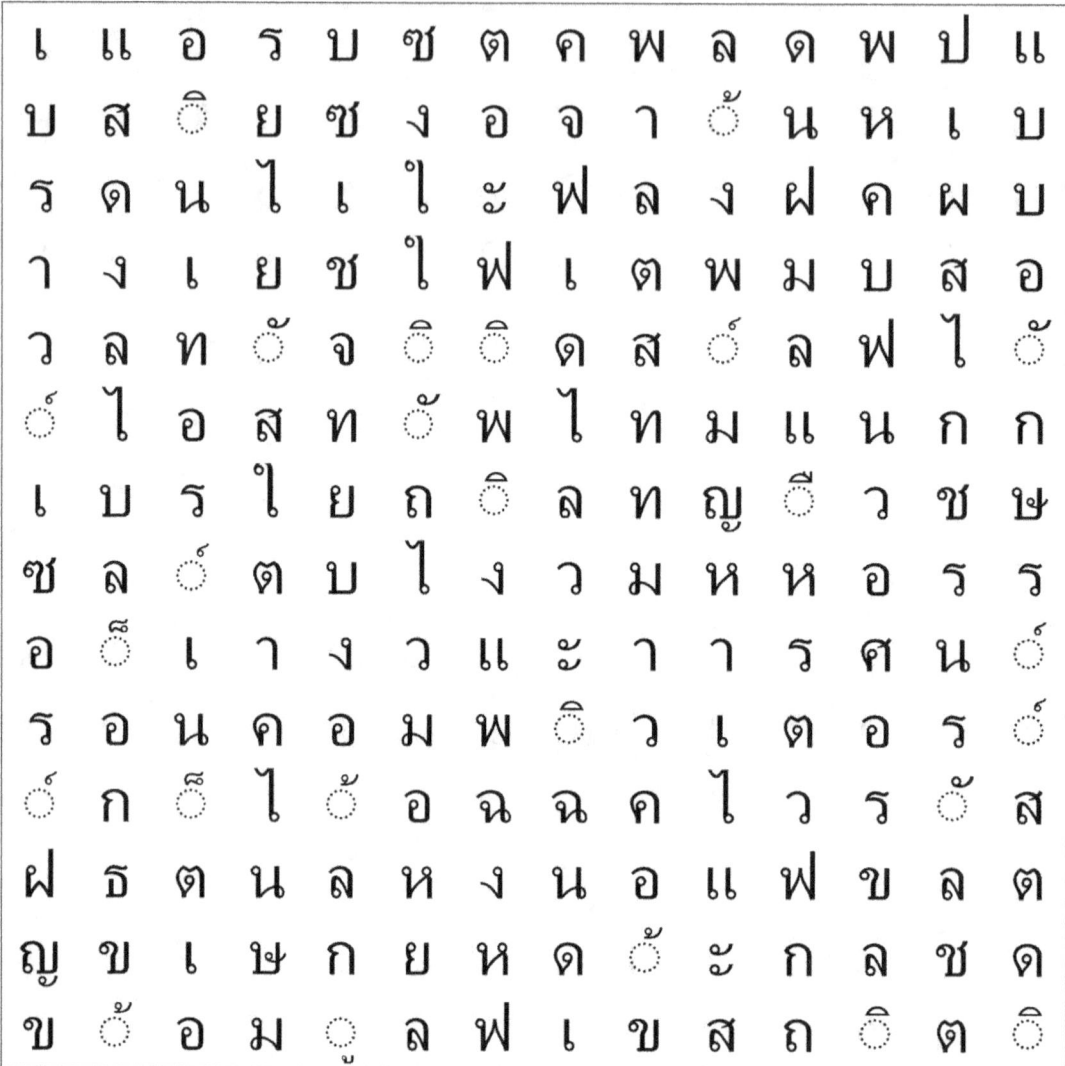

เ	แ	อ	ร	บ	ซ	ต	ค	พ	ล	ด	พ	ป	แ
บ	ส	ิ	ย	ซ	ง	อ	จ	า	้	น	ห	เ	บ
ร	ด	น	ไ	เ	ไ	ะ	ฟ	ล	ง	ฝ	ค	ผ	บ
า	ง	เ	ย	ช	ไ	ฟ	เ	ต	พ	ม	บ	ส	อ
ว	ล	ท	ั	จ	ิ	ิ	ด	ส	์	ล	ฟ	ไ	ั
์	ไ	อ	ส	ท	ั	พ	ไ	ท	ม	แ	น	ก	ก
เ	บ	ร	ใ	ย	ถ	ิ	ล	ท	ญ	ื	ว	ช	ษ
ซ	ล	์	ต	บ	ไ	ง	ว	ม	ห	ห	อ	ร	ร
อ	็	เ	า	ง	ว	แ	ะ	า	า	ร	ศ	น	์
ร	อ	น	ค	อ	ม	พ	ิ	ว	เ	ต	อ	ร	์
์	ก	็	ไ	้	อ	ฉ	ฉ	ค	ไ	ว	ร	ั	ส
ฝ	ธ	ต	น	ล	ห	ง	น	อ	แ	ฟ	ข	ล	ต
ญ	ข	เ	ษ	ก	ย	ห	ด	้	ะ	ก	ล	ช	ด
ข	้	อ	ม	ุ	ล	ฟ	เ	ข	ส	ถ	ิ	ต	ิ

แสดง   วิจัย
หน้าจอ   อินเทอร์เน็ต
บล็อก   กล้อง
เบราว์เซอร์   ข้อความ
ไบต์   แบบอักษร
คอมพิวเตอร์   ซอฟต์แวร์
ไฟล์   สถิติ
ข้อมูล   เสมือน
ดิจิทัล   ไวรัส

57 - Wasser

ว	พ	า	ย	ุ	เ	ฮ	อ	ร	ิ	เ	ค	น	ต
า	ะ	ข	ห	อ	ช	ล	ป	ร	ะ	ท	า	น	ไ
ม	ุ	ส	ร	ม	า	น	ท	ะ	เ	ล	ส	า	บ
ช	เ	ล	ผ	ต	ฝ	บ	้	ห	ต	ห	เ	ก	ะ
ือ	ฟ	ษ	ว	ถ	ด	ณ	น	ำ	ฝ	ญ	ค	ญ	น
้	ล	ต	ผ	ค	ง	ษ	บ	้	แ	ช	ือ	้	น
น	ม	ห	า	ส	ม	ุ	ท	ร	ำ	ข	ย	อ	อ
ก	า	ร	ร	ะ	เ	ห	ย	ส	า	ม	็	ป	ร
ห	ธ	ฉ	ซ	ไ	ง	ม	จ	ไ	ห	จ	ไ	ง	้
ญ	ย	ฝ	ถ	ญ	อ	ว	ท	ห	ิ	ม	ะ	ภ	พ
ฝ	ฟ	ห	ญ	ธ	ล	น	่	ือ	ล	ค	า	บ	ุ
น	ง	ะ	พ	เ	ค	ภ	่	แ	ม	่	น	้	ำ
ด	ือ	่	ม	ไ	ด	้	ด	ำ	ฝ	ข	พ	ฝ	้
ภ	ผ	น	้	ำ	ท	่	ว	ม	ร	ม	ฟ	แ	น

ชลประทาน	คลอง
ไอน้ำ	มรสุม
อาบน้ำ	มหาสมุทร
น้ำแข็ง	ฝน
ชื้น	หิมะ
วามชื้น	ทะเลสาบ
แม่น้ำ	ดื่มได้
น้ำท่วม	การระเหย
น้ำพุร้อน	คลื่น
พายุเฮอริเคน	

58 - Science Fiction

ช	ไ	ล	ส	ใ	ด	์	น	ซ	ถ	ห	ย	ณ	จ
ช	ม	ึ	ง	ถ	ร	ร	ก	เ	เ	น	ุ	ช	ฟ
ย	ค	ก	บ	ฉ	า	ต	ผ	ม	์	ั	โ	เ	ส
ญ	ซ	ล	ก	ส	พ	น	ไ	ฟ	ห	ง	ท	ท	ห
ต	ฟ	ั	ช	ณ	ฟ	ย	ก	ง	ะ	ส	เ	ค	ก
ด	ต	บ	ข	ร	ข	พ	น	า	า	ื	ป	โ	า
ธ	ิ	์	ท	ิ	ส	า	ฝ	ป	ร	อ	ื	น	ร
ค	ฝ	ส	ญ	ไ	เ	ภ	ั	จ	ค	ณ	ย	โ	ร
ค	ต	ฟ	โ	ส	บ	ง	อ	ห	เ	ข	์	ล	ะ
ณ	ป	ท	ง	ท	ล	ร	้	น	ว	ธ	ไ	ย	เ
ส	ล	ไ	พ	ล	เ	โ	พ	ซ	า	ม	ต	ื	บ
ส	ุ	ด	ข	ื	ด	ป	เ	จ	ด	ค	ศ	น	ิ
ส	า	ร	เ	ค	ม	ี	ี	ไ	ฟ	ใ	ต	ษ	ด
ห	ุ	์	น	ย	น	ต	์	ย	ศ	ง	ภ	ด	เ

หนังสือ	เพ้อฝัน
สารเคมี	โรงภาพยนตร์
ดิสโทเปีย	สิทธิ์
การระเบิด	ดาวเคราะห์
สุดขีด	หุ่นยนต์
ไฟ	สถานการณ์
อนาคต	เทคโนโลยี
ลึกลับ	ยูโทเปีย

59 - Haustiere

แก	ก	ร	ง	เ	ล	อ็	บ	ณ	พ	ฉ	น	ฉ	ข
ฮ	ม	ป	ฉ	พ	ะ	แ	ง	ย	น	ซ	ด	ต	ษ
ม	ท	ล	า	ก	่	ง	้	อิ	ก	ะ	ซ	ห	ว
ส	า	า	์	ต	เ	ห	ศ	ต	แ	ไ	ซ	ม	อ
เ	ป	ง	ู	จ	ย	า	ส	ห	ก	ต	แ	ภ	ง
ต	ท	ร	ะ	ุ	ถ	ง	น	ส	้	ป	ศ	า	ส
อ	า	ไ	พ	น	้	อำ	บ	ั	ว	ล	ย	ะ	ต
ร	ภ	อ	ท	ห	แ	ต	ศ	ต	ส	ไ	จ	ล	า
์	า	ก	ใ	ส	ช	ม	ด	ว	แ	พ	ะ	ู	ร
ธ	จ	ห	ซ	ล	ห	ฉ	ว	แ	ั	ว	ห	ก	ม
ไ	ซ	ะ	า	ค	ไ	เ	ข	พ	ผ	ว	ม	ห	บ
ศ	ป	ข	ะ	อ	ษ	ป	ษ	ท	ร	ถ	า	ม	ญ
ล	ุ	ก	แ	ม	ว	ข	ก	ย	ค	ไ	ะ	า	ภ
ก	ร	ะ	ต	่	า	ย	ถ	์	ฟ	พ	ด	ค	ซ

กิ้งก่า	สายจูง
อาหาร	หนู
ปลา	นกแก้ว
แฮมสเตอร์	เต่า
กระต่าย	หาง
หมา	สัตวแพทย์
แมว	น้ำ
ลูกแมว	ลูกหมา
กรงเล็บ	แพะ
วัว	

60 - Literatur

ใ	ษ	ค	ผ	อ	จ	ั	ง	ห	ว	ะ	ไ	ก	บ
แ	ก	ว	ู	ด	ะ	บ	ท	ส	ร	ุ	ป	า	ท
บ	ล	า	้	แ	ณ	น	ย	น	ย	ม	ผ	ร	ว
ล	อ	ม	เ	บ	ษ	ฉ	า	ด	ธ	ใ	ล	ว	ิ
ง	น	เ	ข	ท	ก	ถ	ย	ล	ช	ถ	ต	ิ	จ
ส	แ	ห	ี	ก	ั	ไ	ิ	ส	็	ฝ	ษ	เ	า
บ	ป	็	ย	ว	ล	ธ	น	ง	ศ	อ	จ	ค	ร
ผ	บ	น	น	ี	ง	ม	ี	พ	แ	ป	ก	ร	ณ
ต	ง	แ	ศ	ศ	ซ	จ	ซ	ม	ก	ร	ส	า	์
ช	ี	ว	ป	ร	ะ	ว	ั	ต	ิ	ะ	ั	ะ	จ
ไ	ข	อ	ด	ุ	พ	ท	บ	อ	ซ	เ	ม	ห	ะ
ไ	ภ	ป	ค	า	ร	บ	ซ	เ	ต	ภ	ผ	์	ล
ผ	ุ	้	บ	ร	ร	ย	า	ย	แ	ท	ั	ต	ด
พ	ด	ผ	ค	ำ	อ	ุ	ป	ม	า	ย	ส	อ	ต

อะนาล็อก
การวิเคราะห์
ผู้เขียน
ลักษณะ
ชีวประวัติ
บทพูด
ผู้บรรยาย
กลอน
ประเภท
บทวิจารณ์

ความเห็น
คำอุปมา
บทกวี
สัมผัส
จังหวะ
นิยาย
บทสรุป
รูปแบบ
ธีม

61 - Wandern

ธ	ป	อ	ค	ต	ต	ด	ภ	ห	ต	ร	ด	ช	ณ
ร	อ่	า	ก	ห	น	ั	ก	น	น	ธ	ว	ฝ	เ
ร	า	ธ	า	ย	อิ	ว	เ	อ้	ล	บ	ง	ฟ	ห
ม	ย	พ	ร	ย	ห	ว	ล	า	ฉ	ท	อ	ญ	น
ช	ผ	า	ต	ล	บ	ถ	ย	ผ	ไ	ด	า	ภ	อื
า	ด	อ่	ร	ส	ห	ม	ธ	า	ไ	จ	ท	อู	อ่
ต	ม	อี	ะ	ต	ญ	ส	อ้	ต	ว	อ์	อิ	เ	อ
อิ	ศ	ท	เ	อิ	น	ม	ฐ	ป	ช	ด	ต	ข	ย
แ	ต	น	ต	ป	ไ	ั	ย	ซ	ถ	ป	ย	า	ล
ด	ไ	ผ	ร	ณ	จ	ะ	อ	ง	ข	อ	อ์	ส	ง
ด	ด	แ	อี	ภ	อู	ม	อิ	อ	า	ก	า	ศ	แ
ภ	ฝ	ค	ย	ร	อ	ง	เ	ท	อ้	า	บ	อู	ท
ข	ค	ศ	ม	ป	ส	ภ	า	พ	อ	า	ก	า	ศ
น	อ้	อำ	น	ะ	น	แ	อำ	ค	ษ	ถ	ผ	ด	ผ

ภูเขา   หนัก
คำแนะนำ   ดวงอาทิตย์
อันตราย   หิน
แผนที่   รองเท้าบูท
ภูมิอากาศ   สัตว์
หน้าผา   การตระเตรียม
เหนื่อย   น้ำ
ธรรมชาติ   สภาพอากาศ
ปฐมนิเทศ   ป่า

62 - Länder #2

ฉ	พ	ป	ต	ม	ศ	ก	โ	ซ	อิ	ก	อ๊	ม	เ
ไ	ค	า	ไ	ท	อ	ป	ษ	ภ	อี	ษ	ย	ช	ค
น	ญ	ก	ญ	เ	ท	พ	อิ	ต	ฮ	เ	น	ศ	ต
จ	เ	อี	อี	ฝ	ด	อ์	น	ล	แ	อ์	ร	อ	ไ
อี	พ	ส	อ่	ซ	ร	ย	ร	ษ	ไ	ธ	ค	อี	ส
เ	ธ	ถ	ป	อี	อุ	อ้	ย	ถ	ห	ว	เ	พ	ย
ร	ภ	า	อุ	ร	ธ	ด	อ่	ศ	ก	ล	อุ	อ	ซ
อี	ศ	น	อ่	ก	ษ	น	า	ง	ฉ	ป	ย	ม	อี
ย	ห	ศ	น	ซ	น	ค	ท	น	เ	ฟ	ส	ท	ใ
เ	อ	ธ	อิ	โ	อ	เ	ป	อี	ย	ศ	ษ	ว	ส
ฝ	ว	แ	อ	ล	เ	บ	เ	น	อี	ย	ส	ล	อ้
จ	า	ไ	ม	ก	อ้	า	ย	น	ค	เ	ก	ท	ร
ฉ	ล	ป	ป	ร	ไ	ล	บ	อี	เ	ร	อี	ย	ฟ
ย	อุ	ก	อ้	น	ด	า	เ	น	ป	า	ล	ม	ง

แอลเบเนีย
เอธิโอเปีย
ฝรั่งเศส
กรีซ
เฮติ
ไอร์แลนด์
จาไมก้า
ญี่ปุ่น
เคนยา
ลาว

ไลบีเรีย
เม็กซิโก
เนปาล
ไนจีเรีย
ปากีสถาน
รัสเซีย
ซูดาน
ซีเรีย
ยูกันดา
ยูเครน

63 - Fahrzeuge

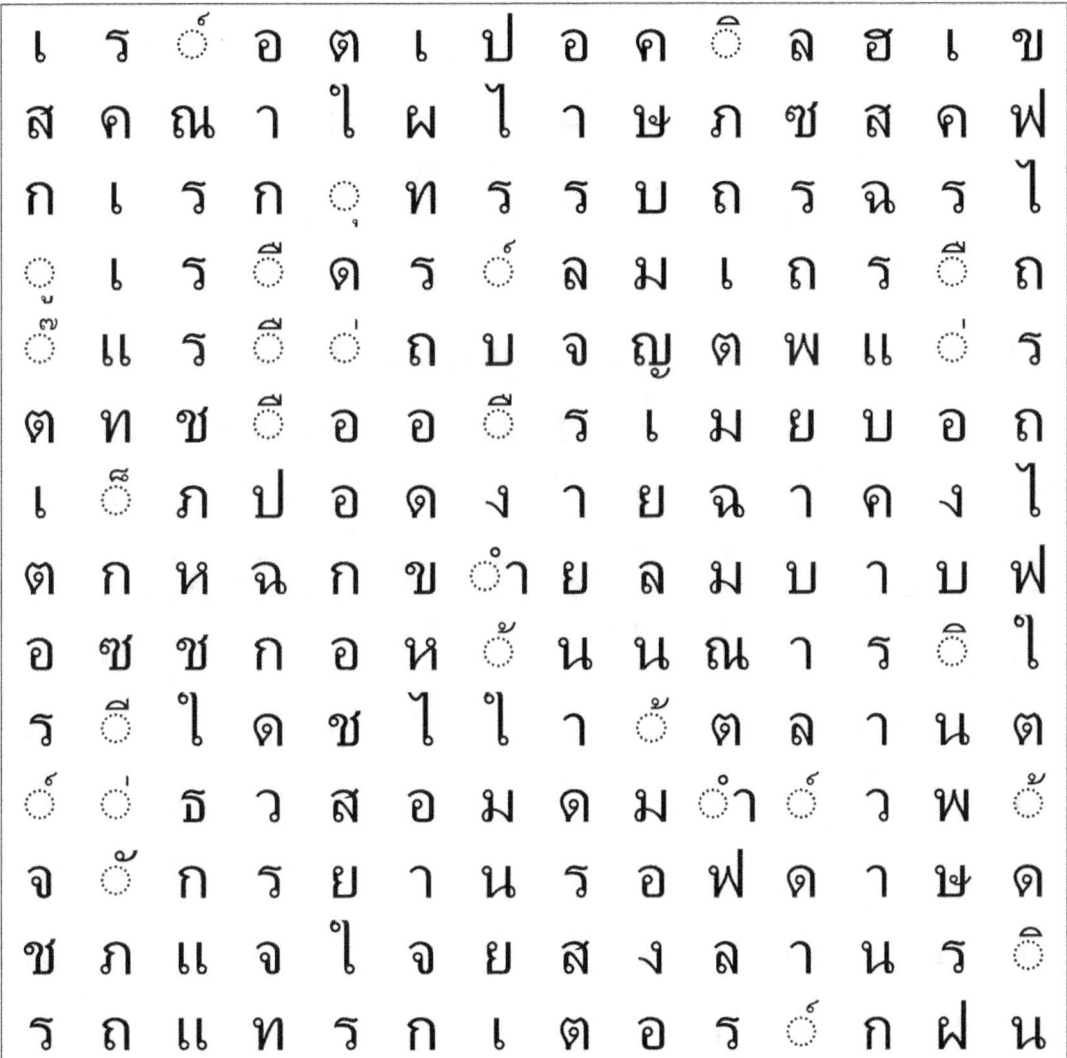

เ	ร	์	อ	ต	เ	ป	อ	ค	ิ	ล	ฮ	เ	ข
ส	ค	ณ	า	ไ	ผ	ไ	า	ษ	ภ	ซ	ส	ค	ฟ
ก	เ	ร	ก	ุ	ท	ร	ร	บ	ถ	ร	ฉ	ร	ไ
ุ	เ	ร	ื	ด	ร	์	ล	ม	เ	ถ	ร	ื	ถ
็	แ	ร	ื	่	ถ	บ	จ	ญ	ต	พ	แ	่	ร
ต	ท	ช	ื	อ	อ	ื	ร	เ	ม	ย	บ	อ	ถ
เ	็	ภ	ป	อ	ด	ง	า	ย	ฉ	า	ค	ง	ไ
ต	ก	ห	ฉ	ก	ข	ำ	ย	ล	ม	บ	า	บ	ฟ
อ	ซ	ช	ก	อ	ห	้	น	น	ณ	า	ร	ิ	ไ
ร	ื	ไ	ด	ช	ไ	ไ	า	้	ต	ล	า	น	ต
์	่	ธ	ว	ส	อ	ม	ด	ม	ำ	์	ว	พ	้
จ	ั	ก	ร	ย	า	น	ร	อ	ฟ	ด	า	ษ	ด
ช	ภ	แ	จ	ไ	จ	ย	ส	ง	ล	า	น	ร	ิ
ร	ถ	แ	ท	ร	ก	เ	ต	อ	ร	์	ก	ฝ	น

รถ	เครื่องยนต์
เรือ	จรวด
รถเมล์	ยาง
จักรยาน	สกู๊ตเตอร์
เรือข้ามฟาก	แท็กซี่
แพ	รถแทรกเตอร์
เครื่องบิน	รถไฟใต้ดิน
เฮลิคอปเตอร์	เรือดำน้ำ
รถพยาบาล	คาราวาน
รถบรรทุก	รถไฟ

64 - Musikinstrumente

ต	ก	ต	ฮ	เ	า	ฟ	ท	น	โ	ย	ี	ป	เ
ี	ี	จ	ซ	า	ช	ฝ	เ	ถ	ด	่	ร	ี	ก
ร	ต	แ	ฟ	จ	ร	ล	ไ	ใ	ณ	ฺ	ห	่	น
ะ	า	ณ	ภ	ใ	แ	์	โ	ณ	ม	ล	แ	บ	ย
ฆ	ร	ณ	ห	พ	ว	ท	โ	ล	ง	ข	บ	า	ต
ั	์	ท	ห	น	ใ	ม	ม	ม	ด	ผ	น	ส	น
ง	ม	า	ร	ิ	ม	บ	า	บ	น	อ	โ	ซ	ึ
ก	ล	อ	ง	ล	ง	ฝ	ช	ผ	ู	ิ	จ	ุ	เ
ฝ	น	ห	อ	ด	ฟ	ท	ษ	แ	ร	ร	ก	น	ิ
จ	ส	ญ	้	โ	ฮ	า	ร	์	ป	ธ	ี	้	ร
จ	ฟ	ไ	ฆ	น	ท	ร	อ	ม	โ	บ	น	น	า
อ	ผ	ช	ม	ม	แ	ซ	ก	โ	ซ	โ	ฟ	น	ล
โ	โ	บ	แ	ไ	ว	โ	อ	ล	ิ	น	น	ค
พ	บ	ล	เ	แ	ส	บ	อ	ป	เ	ษ	พ	ส	เ

แบนโจ
เชลโล
ปี่บาสซูน
ขลุ่ย
ไวโอลิน
กีตาร์
ตีระฆัง
ฆ้อง
ฮาร์ป
คลาริเน็ต

เปียโน
แมนโดลิน
มาริมบา
ฮาร์โมนิก้า
โอโบ
ทรอมโบน
แซกโซโฟน
แทมบูรีน
กลอง
แตร

65 - Blumen

แ	โ	ก	ม	้	ไ	ก	อ	ด	อ	่	ช	ข	ก
ม	บ	ฺ	ค	ง	แ	์	ร	อ	ว	เ	ล	ค	โ
ก	ต	ห	ะ	น	ญ	ศ	ม	ก	ษ	อ	ค	ธ	ล
โ	ั	ล	ไ	ถ	น	ซ	้	ท	ต	ว	อ	ช	า
น	่	า	ี	ว	อ	ห	ไ	า	ฉ	ธ	ล	ซ	เ
เ	น	บ	ะ	่	อ	ง	ย	น	ก	ศ	แ	ช	ว
ล	ภ	น	ป	ี	ล	ฟ	ว	ต	ล	ช	ษ	บ	น
ี	ก	ว	จ	ซ	ไ	ิ	้	ะ	ี	ป	บ	ไ	เ
ย	ญ	ง	ล	ด	ิ	ท	ล	ว	บ	๊	ธ	า	ด
ม	ะ	ล	ิ	เ	ด	ิ	ก	ั	ก	อ	ซ	า	อ
ว	เ	ไ	ป	ใ	น	ว	ด	น	ธ	ป	ถ	ม	ร
แ	ป	ฟ	ไ	ธ	ด	ล	แ	ว	า	ป	พ	่	์
ณ	บ	ช	ฟ	บ	แ	ิ	ฟ	ข	ศ	ี	ฺ	ว	ธ
เ	ส	า	ว	ร	ส	ป	ฝ	า	ย	้	ด	ง	ษ

กลีบ	แมกโนเลีย
พุด	ป๊อปปี้
เดซี่	กล้วยไม้
ชบา	เสาวรส
มะลิ	โบตั๋น
โคลเวอร์	กุหลาบ
ลาเวนเดอร์	ดอกทานตะวัน
ม่วง	ช่อดอกไม้
ลิลลี่	ทิวลิป
แดนดิไลออน	

66 - Natur

อ	ร	ก	ธ	ต	ษ	ป	ศ	ว	ฟ	ญ	ด	ท	ต
ม	่	ะ	ซ	า	่	ป	ญ	ญ	ค	แ	ญ	ะ	า
ง	อ	น	อ	ั	ร	ต	ข	เ	ณ	ศ	น	เ	ศ
ม	น	ภ	ณ	ซ	อ	น	ฉ	จ	บ	จ	น	ล	ก
ห	จ	ง	ย	ถ	ค	ฟ	้	ซ	ง	ส	ิ	ท	ห
ภ	ย	เ	ภ	ฉ	ล	เ	ฟ	ำ	ส	ณ	่	ร	ก
ส	ำ	ค	ั	ญ	ม	า	ก	ณ	แ	ั	ง	า	ต
ะ	น	ล	บ	ก	้	ม	ไ	บ	ไ	ข	ต	ย	ิ
ศ	ั	ภ	ล	ก	ค	า	ข	เ	ู	ภ	ึ	ว	ก
ล	่	ร	ห	ะ	อ	ง	ั	ื	ผ	ถ	ไ	ง	์
ใ	ม	ฟ	่	ล	เ	ม	ฆ	ร	ะ	น	ไ	บ	ร
ใ	แ	ห	ี	แ	จ	า	ห	บ	ห	ษ	ด	ป	า
ง	ซ	ผ	ท	ต	ั	ว	ล	พ	ท	ต	ณ	ซ	อ
พ	ก	ใ	ต	ร	ง	ค	ม	ก	พ	ญ	ต	ฟ	ซ

อาร์กติก	สำคัญมาก
ภูเขา	หมอก
ผึ้ง	ความงาม
พลวัต	ที่หลบภัย
ร่อน	สัตว์
แม่น้ำ	เขตร้อน
สงบ	ป่า
ธารน้ำแข็ง	เมฆ
นิ่ง	ทะเลทราย
ใบไม้	

67 - Urlaub #2

พ	ย	ม	ร	แ	ง	ร	โ	เ	ก	า	ะ	ง	ณ
ไ	จ	เ	ไ	อ้	ย	ช	ง	ง	ฝ	ท	ญ	ข	ร
ภ	ต	อ	ต	อิ	า	ช	ง	า	อ่	ต	ข	ก	ฟ
น	อุ	อ	ภ	น	อ่	น	แอ่	ะ	น	ง	า	แ
ก	ข	เ	ธ	ณ	ถ	ห	อ	ว	ด	อิ	อ่	ร	เ
ท	ฝ	อ	ข	ฝ	พ	ภ	ณ	า	ฝ	บ	ส	เ	ต
ะ	น	แ	ย	า	า	า	ร	ล	ห	ม	น	ด	อ็
เ	ร	ถ	ไ	ฟ	ภ	ย	ว	ว	ห	า	ข	อิ	น
ล	แ	ผ	น	ท	อี	อ่	ถ	เ	ศ	น	ร	น	ท
อ	บ	ม	ญ	ฝ	ส	ว	เ	จ	ฝ	ส	า	ท	อ่
ป	ล	า	ย	ท	า	ง	อี	ร	ค	ท	ก	า	จ
ผ	ถ	ญ	เ	ภ	แ	ไ	เ	ซ	ท	ส	จ	ง	เ
ด	ด	ร	ไ	ด	ภ	ช	ซ	อี	อ่	ก	อ็	ท	แ
ว	อั	น	ห	ย	อุ	ด	า	ห	ย	า	ช	ไ	ภ

ต่างชาติ   ร้านอาหาร
ภูเขา   ชายหาด
สนามบิน   แท็กซี่
ภาพถ่าย   การขนส่ง
เวลาว่าง   วันหยุด
โรงแรม   วีซ่า
เกาะ   เต็นท์
แผนที่   ปลายทาง
ทะเล   รถไฟ
การเดินทาง

68 - Zirkus

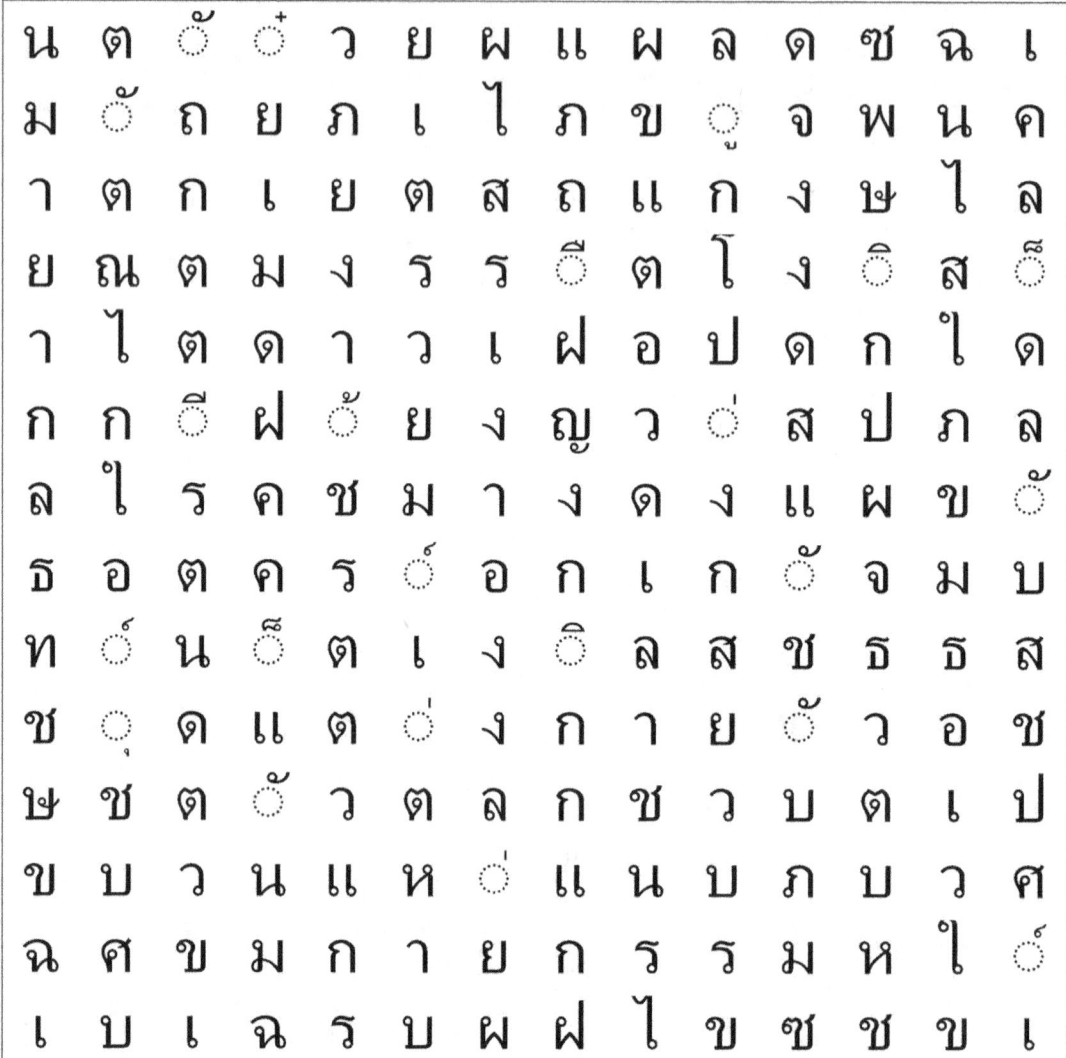

ลิง
กายกรรม
ลูกโป่ง
ตัวตลก
ช้าง
ตั๋ว
จักเกอร์
ชุดแต่งกาย
สิงโต
มายากล

ดนตรี
ขบวนแห่
งดงาม
สัตว์
เสือ
เคล็ดลับ
นักมายากล
แสดง
เต็นท์

69 - Barbecues

ส	ผ	ล	ไ	ม	้	ช	่	ซ	อ	ส	ช	ษ	ไ
้	ไ	อ	า	ห	า	ร	ก	ล	า	ง	ว	ั	น
อ	ื	ล	ก	เ	ด	เ	ไ	ย	ศ	า	ิ	ง	อ
ม	ร	ั	อ	น	ศ	ก	ห	ท	ก	่	ห	ณ	่
ด	น	ต	ร	ี	็	ม	อ	ไ	เ	ย	ม	ฉ	ื
ื	อ	ฉ	ค	ญ	บ	ย	ด	ก	ล	บ	า	ต	พ
ม	ร	พ	ร	แ	ค	ท	เ	ิ	ก	จ	ว	แ	ิ
อ	้	ณ	อ	ย	ไ	ย	ไ	ร	บ	ง	ค	ต	ท
ห	ุ	ย	บ	น	ถ	ฝ	ร	พ	า	บ	ฟ	ไ	จ
ว	ด	ต	ค	พ	ง	ส	ช	ล	ท	ห	ว	ศ	ง
้	ฤ	ภ	ร	ผ	ศ	ด	ล	ผ	ร	ท	า	อ	ป
ห	อ	ว	ั	ส	ล	ั	ด	ั	ว	ด	ส	อ	ส
ค	ศ	ฟ	ว	ต	อ	ญ	น	ก	ย	ต	ถ	ล	ณ
ส	ะ	ว	ป	อ	ฝ	ก	ะ	บ	ง	ย	ง	ซ	ภ

อาหารเย็น	มีด
ครอบครัว	อาหารกลางวัน
เพื่อน	ดนตรี
ผลไม้	พริกไทย
ส้ม	สลัด
ผัก	เกลือ
ย่าง	ฤดูร้อน
ร้อน	ซอส
ไก่	เกม
ความหิว	หัวหอม

70 - Fotografie

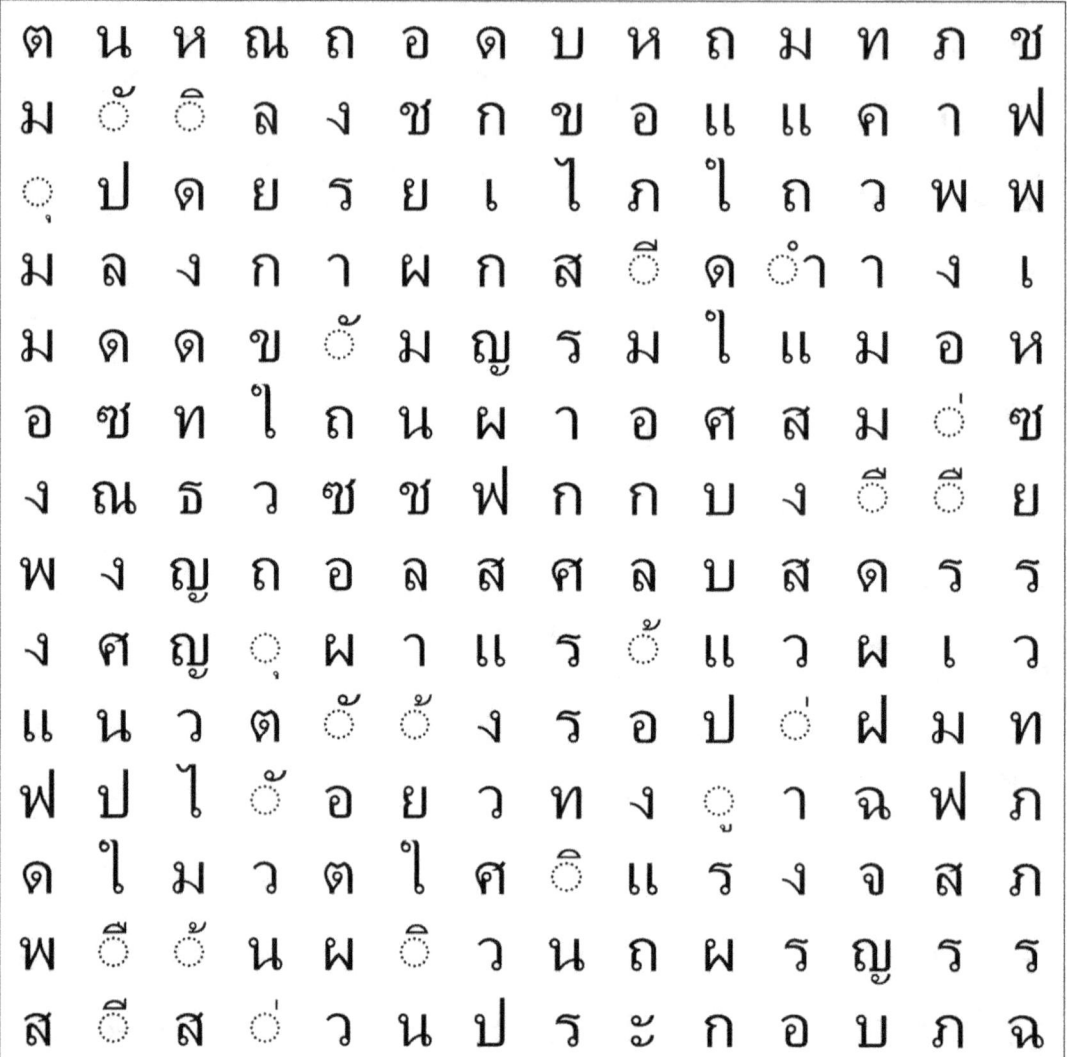

ต	น	ห	ณ	ถ	อ	ด	บ	ห	ถ	ม	ท	ภ	ช
ม	ั	ิ	ล	ง	ช	ก	ข	อ	แ	แ	ค	า	ฟ
ุ	ป	ด	ย	ร	ย	เ	ไ	ภ	ไ	ถ	ว	พ	พ
ม	ล	ง	ก	า	ผ	ก	ส	ี	ด	ำ	า	ง	เ
ม	ด	ด	ข	ั	ม	ญ	ร	ม	ไ	แ	ม	อ	ห
อ	ซ	ท	ไ	ถ	น	ผ	า	อ	ศ	ส	ม	่	ซ
ง	ณ	ธ	ว	ซ	ช	ฟ	ก	ก	บ	ง	ี	ี	ย
พ	ง	ญ	ถ	อ	ล	ส	ศ	ล	บ	ส	ด	ร	ร
ง	ศ	ญ	ุ	ผ	า	แ	ร	้	แ	ว	ผ	เ	ว
แ	น	ว	ต	ั	้	ง	ร	อ	ป	่	ฝ	ม	ท
ฟ	ป	ไ	ั	อ	ย	ว	ท	ง	ู	า	ฉ	ฟ	ภ
ด	ไ	ม	ว	ต	ไ	ศ	ิ	แ	ร	ง	จ	ส	ภ
พ	ื	้	น	ผ	ิ	ว	น	ถ	ผ	ร	ญ	ร	ร
ส	ี	ส	่	ว	น	ป	ร	ะ	ก	อ	บ	ภ	ฉ

นิทรรศการ	วัตถุ
แสงสว่าง	มุมมอง
นิยาม	แนวตั้ง
ความมืด	กรอบ
สี	เงา
รูปแบบ	สีดำ
เรื่อง	พื้นผิว
กล้อง	ภาพ
ตัดกัน	ส่วนประกอบ

71 - Küche

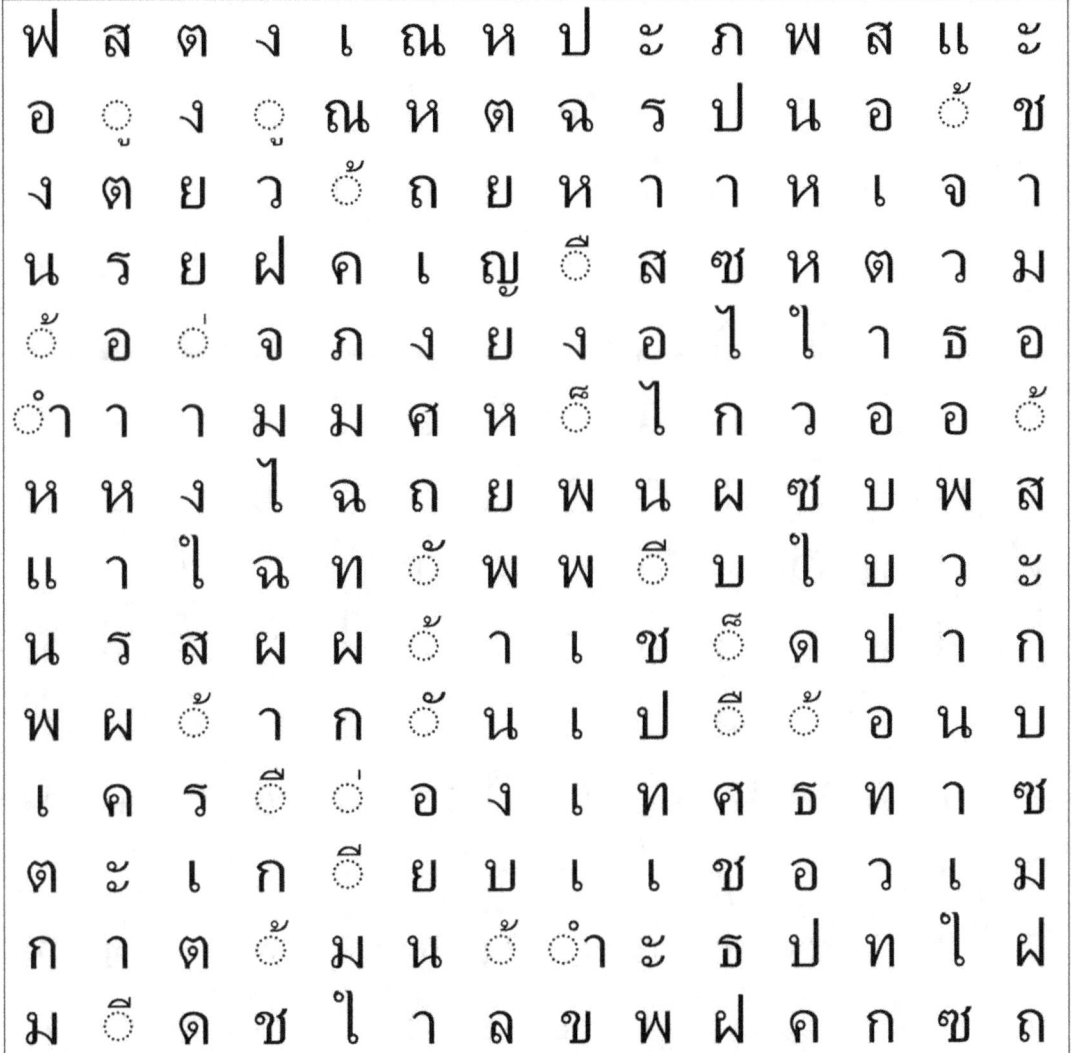

ฟ	ส	ต	ง	เ	ณ	ห	ป	ะ	ภ	พ	ส	แ	ะ
อ	ฺู	ง	ฺู	ณ	ห	ต	ฉ	ร	ป	น	อ	้	ช
ง	ต	ย	ว	้	ถ	ย	ห	า	า	ห	เ	จ	า
น	ร	ย	ฝ	ค	เ	ญ	ื	ส	ซ	ห	ต	ว	ม
้	อ	ฺ	จ	ภ	ง	ย	ง	อ	ไ	ไ	า	ธ	อ
ำ	า	า	ม	ม	ศ	ห	็	ไ	ก	ว	อ	อ	้
ห	ห	ง	ไ	ฉ	ถ	ย	พ	น	ผ	ซ	บ	พ	ส
แ	า	ไ	ฉ	ท	้	พ	พ	ื	บ	ไ	บ	ว	ะ
น	ร	ส	ผ	ผ	้	า	เ	ช	็	ด	ป	า	ก
พ	ผ	้	า	ก	้	น	เ	ป	ื	้	อ	น	บ
เ	ค	ร	ื	ฺ	อ	ง	เ	ท	ศ	ธ	ท	า	ซ
ต	ะ	เ	ก	ื	ย	บ	แ	เ	ช	อ	ว	เ	ม
ก	า	ต	้	ม	น	้	ำ	ะ	ธ	ป	ท	ไ	ฝ
ม	ี	ด	ช	ไ	า	ล	ข	พ	ฝ	ค	ก	ซ	ถ

อาหาร	มีด
ตะเกียบ	เตาอบ
ส้อม	สูตรอาหาร
เครื่องเทศ	ผ้ากันเปื้อน
ย่าง	ชาม
ทัพพี	ฟองน้ำ
เหยือก	ผ้าเช็ดปาก
ตู้เย็น	ถ้วย
ช้อน	กาต้มน้ำ

72 - Schach

เ	ถ	ล	ถ	แ	ง	ง	ก	ล	ย	◌ุ	ท	ธ	◌์
เ	ก	ม	ถ	ก	า	ข	ช	ฝ	◌์	ล	ก	เ	ป
ใ	ธ	ภ	ร	ห	ใ	◌่	ก	ฏ	ร	ย	า	ข	ม
ต	ว	ภ	ร	ไ	ว	แ	ศ	ม	◌ิ	ร	ร	แ	ช
ษ	ถ	ะ	ย	ก	ม	◌่	ก	ร	ต	ส	แ	ต	แ
เ	ร	◌ี	ย	น	ร	◌ุ	◌้	ค	◌ั	ฟ	ข	ศ	ะ
ย	น	ธ	ญ	ข	ก	ค	น	ก	ษ	ข	◌่	อ	บ
ฟ	ม	บ	ว	ด	ถ	ผ	ง	ญ	ก	เ	ง	◌ุ	บ
ไ	ฟ	ท	ห	า	ล	ว	เ	ห	ไ	ร	ข	ท	ฉ
ผ	◌ุ	◌้	เ	ล	◌่	น	น	แ	ะ	ค	◌ั	◌ิ	ม
ป	ร	ศ	ย	ฉ	ำ	ด	◌ี	ส	แ	ช	น	ศ	ท
ซ	ว	ว	ถ	จ	ช	บ	จ	ว	า	ข	จ	ะ	ณ
ล	ข	ว	ษ	ซ	เ	ย	พ	ซ	ค	ฟ	ไ	จ	ณ
เ	ส	◌้	น	ท	แ	ย	ง	ม	◌ุ	ม	ธ	ห	ศ

แชมป์	คะแนน
เส้นทแยงมุม	กฎ
คู่แข่ง	สีดำ
ฉลาด	เกม
กษัตริย์	ผู้เล่น
ควีน	กลยุทธ์
เรียนรู้	การแข่งขัน
อุทิศ	ขาว
รู	เวลา

73 - Geographie

ต	ม	ป	ไ	ท	ค	บ	โ	ก	ข	ค	ล	ผ	เ
พ	า	ห	บ	ญ	ิ	ก	ล	เ	ะ	ท	อ	ญ	ม
จ	ำ	ค	า	ภ	ด	ศ	ก	ล	โ	ก	ี	ซ	ื
เ	น	ก	ข	ส	ง	ข	เ	ช	บ	ช	ป	ค	อ
ม	้	ศ	เ	ค	ม	า	ข	ห	ฝ	ห	า	ถ	ง
อ	่	ซ	ู	ด	ะ	ุ	ศ	แ	น	ห	ว	ผ	เ
ร	ม	ภ	ภ	น	ฟ	ไ	ท	ฉ	ผ	ื	ผ	ง	ว
ิ	แ	อ	ต	ล	า	ส	เ	ร	จ	น	อ	ต	ห
เ	ณ	ก	ต	น	้	ว	ะ	ต	อ	ฉ	ท	อ	ค
ด	จ	ู	ิ	ต	ะ	ล	ร	ฝ	ถ	ฉ	แ	ี	ก
ี	เ	ก	า	ะ	ม	ป	ป	ี	ว	ท	ฝ	ฝ	่
ย	ร	ะ	ด	้	บ	ค	ว	า	ม	ส	ู	ง	ส
น	ฝ	ะ	ด	แ	ม	ป	อ	า	ณ	า	เ	ข	ต
เ	ส	้	น	ศ	ู	น	ย	์	ส	ุ	ต	ร	ฝ

แอตลาส　　　　　　　ทวีป
เส้นศูนย์สูตร　　　　ประเทศ
ภูเขา　　　　　　　ทะเล
ละติจูด　　　　　　เมอริเดียน
แม่น้ำ　　　　　　　ทิศเหนือ
อาณาเขต　　　　　มหาสมุทร
ซีกโลก　　　　　　ภาค
ระดับความสูง　　　เมือง
เกาะ　　　　　　　โลก
แผนที่　　　　　　　ตะวันตก

74 - Zahlen

ส	ว	ด	ห	ส	ท	ฉ	ฉ	ง	อ	ส	บ	อิ	ส
ข	อิ	ผ	ก	ด	อิ	ะ	ฟ	อ	ด	ค	ย	ก	อิ
ภ	ฝ	บ	ด	ป	แ	บ	อิ	ส	ส	ส	ะ	ส	บ
ด	ธ	ท	ห	แ	ช	ฝ	ห	ศ	อู	น	ย	อ์	ส
ภ	น	ฉ	ส	ก	ง	า	ก	อ้	เ	บ	อิ	ส	า
ส	อิ	บ	ม	า	อ้	ก	เ	บ	า	ค	า	ณ	ม
เ	ค	ต	ผ	อ้	ม	ส	อิ	บ	ส	อี	อี	อี	ส
อ	ต	เ	ย	ห	ป	ษ	ท	ะ	พ	ค	ค	ร	ไ
ล	ป	ย	อี	อี	ส	อิ	บ	ส	ผ	ไ	ร	ไ	แ
า	ถ	พ	ข	ผ	ม	ส	อิ	บ	เ	จ	อ็	ด	ข
ไ	ด	ะ	ว	ฉ	ษ	แ	อ	า	ร	ฟ	ผ	อ็	ล
ใ	ธ	ป	บ	แ	ข	ล	ธ	ฟ	เ	ล	ร	จ	ใ
ถ	ท	ศ	น	อิ	ย	ม	ม	ช	ไ	ม	ส	เ	พ
ณ	ณ	ห	อ	ภ	ป	ะ	ซ	ฟ	ง	พ	ร	ล	ว

แปด	หก
สิบแปด	สิบหก
ทศนิยม	เจ็ด
สาม	สิบเจ็ด
สิบสาม	สี่
ห้า	สิบสี่
สิบห้า	สิบ
เก้า	ยี่สิบ
สิบเก้า	สอง
ศูนย์	สิบสอง

75 - Tage und Monate

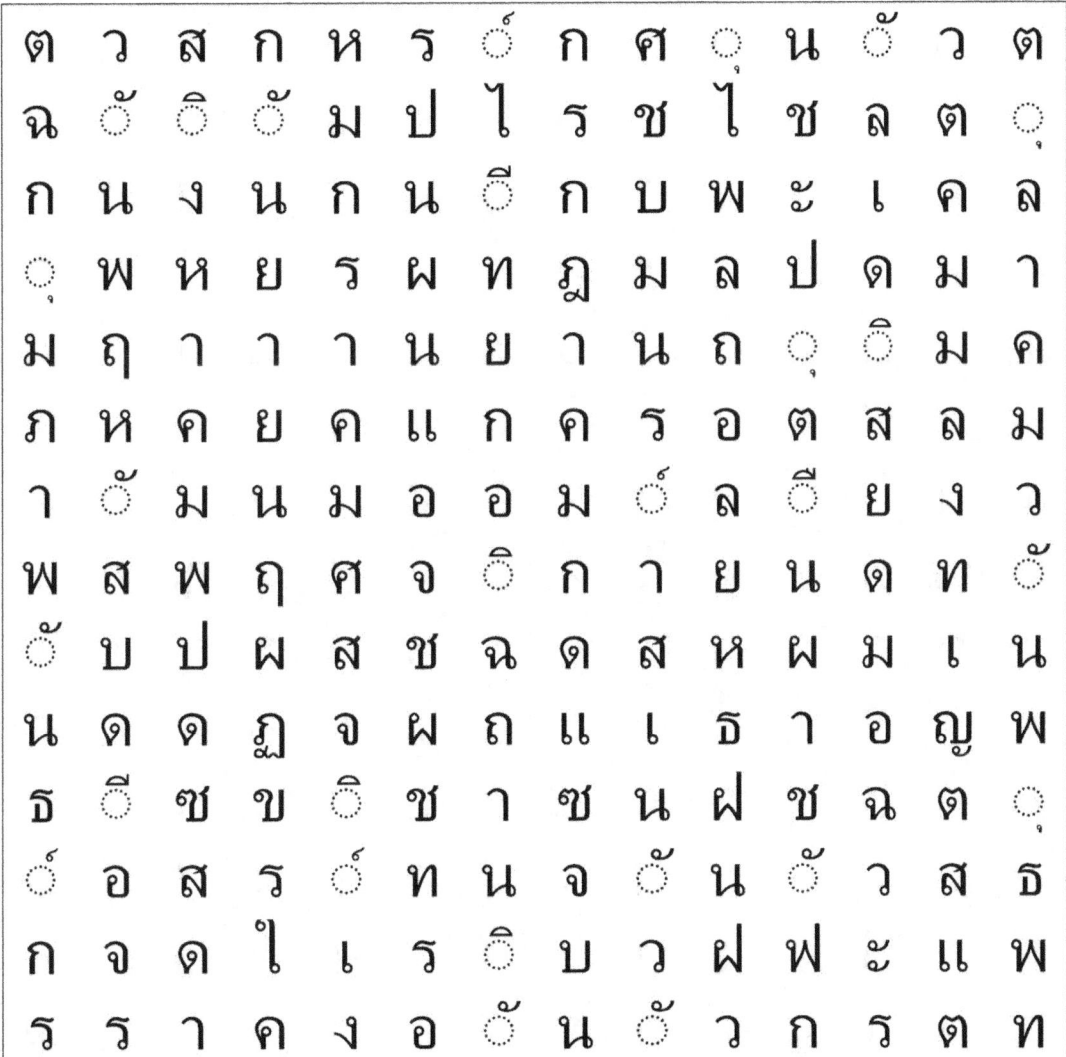

ต ว ส ก ห ร ์ ก ศ ุ น ั ว ต
ฉ ั ิ ั ม ป ไ ร ช ไ ช ล ต ุ
ก น ง น ก น ี ก บ พ ะ เ ค ล
ุ พ ห ย ร ผ ท ฏ ม ล ป ด ม า
ม ฤ า า า น ย า น ถ ุ ิ ม ค
ภ ห ค ย ค แ ก ค ร อ ต ส ล ม
า ั ม น ม อ อ ม ์ ล ี ย ง ว
พ ส พ ฤ ศ จ ิ ก า ย น ด ท ั
ั บ ป ผ ส ช ฉ ด ส ห ผ ม เ น
น ด ด ฏ จ ผ ถ แ เ ธ า อ ญ พ
ธ ี ซ ข ิ ช า ซ น ฝ ช ฉ ต ุ
์ อ ส ร ์ ท น จ ั น ั ว ส ธ
ก จ ด ไ เ ร ิ บ ว ฝ ฟ ะ แ พ
ร ร า ค ง อ ั น ั ว ก ร ต ท

สิงหาคม	ปฏิทิน
วันอังคาร	วันพุธ
วันพฤหัสบดี	เดือน
กุมภาพันธ์	วันจันทร์
วันศุกร์	พฤศจิกายน
ปี	ตุลาคม
มกราคม	วันเสาร์
กรกฎาคม	กันยายน
มิถุนายน	

76 - Emotionen

ว	ภ	ห	บ	ข	ก	ผ	อ่	อ	น	ค	ล	า	ย
ต	อี	อ่	น	เ	ต	อ้	น	ซ	ช	ร	ข	แ	ค
ฉ	ศ	ธ	ร	ง	ฉ	ฉ	อ	ห	า	ก	ธ	ๆ	ว
ญ	ศ	ะ	ง	ส	ซ	ค	ง	ว	ก	ล	อ๋	ว	า
เ	ผ	ล	ศ	ง	อ้	ป	ต	ร	อ้	น	ก	อ่	ม
พ	ธ	ช	ษ	ย	ล	น	ภ	ไ	ร	ร	ต	ผ	เ
เ	น	อี	อ้	อ	ห	า	ต	ท	เ	ผ	อ้	แ	ม
บ	ณ	ข	ศ	จ	ไ	อ	พ	อิ	ส	ส	ญ	ภ	ต
ง	ค	ว	า	ม	โ	ก	ร	ธ	ภ	ร	ญ	เ	ต
ส	อ์	ร	พ	ไ	อ์	ร	อ	ซ	เ	า	อู	บ	า
ม	อ	บ	ช	ธ	ด	ฉ	ก	ฉ	ป	จ	พ	อื	ถ
า	ท	เ	ร	ร	บ	ร	า	ก	ไ	จ	ส	อ่	ช
ว	ร	ฝ	า	ง	ซ	ข	ษ	ซ	แ	ฟ	ณ	อ	ส
ค	ว	า	ม	เ	ศ	ร	อ้	า	ส	ง	บ	ถ	ผ

กลัว	รัก
ตื่นเต้น	การบรรเทา
กตัญญ	ความสงบ
ผ่อนคลาย	สงบ
จอย	ความเศร้า
ความเมตตา	เซอร์ไพรส์
สันติภาพ	ความโกรธ
เนื้อหา	แผ่วๆ
เบื่อ	พอใจ

77 - Das Unternehmen

ก	ม	ผ	ง	า	จ	้า	า	่	ค	ก	ก	ก	ท
า	ื	ล	ม	ร	ร	ก	ต	ั	ว	น	า	า	ร
ร	อ	ิ	อ	ค	ค	ล	ก	บ	า	ล	ร	ร	ั
ต	อ	ต	ุ	ว	ข	โ	า	ฟ	ม	ว	น	ล	พ
ั	า	ภ	ต	า	ธ	ว	ร	ง	เ	า	ำ	ง	ย
ด	ช	ั	ส	ม	ุ	่	จ	ย	ป	แ	เ	ท	า
ส	ื	ณ	า	ค	ร	ั	ั	่	็	ค	ส	ุ	ก
ิ	พ	ฑ	ห	ื	ก	ท	า	ื	น	ุ	น	น	ร
น	ห	์	ก	บ	ิ	เ	ง	ส	ไ	ณ	อ	ร	ฉ
ใ	น	ผ	ร	ห	จ	ฝ	ง	เ	ป	ภ	อ	า	ล
จ	่	ณ	ร	น	ถ	ถ	า	ม	ไ	า	ว	ย	ช
ป	ว	ก	ม	ั	ข	ศ	น	า	ด	พ	ย	ไ	ญ
บ	ย	ว	แ	า	ช	ส	ด	ว	ั	ต	ร	ด	อ
ส	ร	ั	า	ง	ส	ร	ร	ค	์	ณ	ข	ั	ท

การจ้างงาน	สร้างสรรค์
หน่วย	ค่าจ้าง
รายได้	ความเป็นไปได้
การตัดสินใจ	การนำเสนอ
ความคืบหน้า	ผลิตภัณฑ์
ธุรกิจ	มืออาชีพ
ทั่วโลก	คุณภาพ
อุตสาหกรรม	ทรัพยากร
นวัตกรรม	ความเสี่ยง
การลงทุน	

78 - Kräuterkunde

ท	ด	ก	ไ	น	ป	ไ	ค	ส	ส	ห	แ	เ	ร
บ	า	อ	ร	น	ต	ธ	ย	ต	อ่	ญ	เ	ป	ส
ะ	ร	ร	ก	ะ	ญ	ม	ไ	ะ	ว	อ้	แ	อ็	ช
ก	อ่	ฝ	อ์	ไ	เ	อ์	ด	ม	น	า	อ่	น	า
น	ห	ศ	ไ	ร	ม	ท	ล	ข	ผ	ฝ	อี	ป	ต
ว	ย	อี	ข	เ	า	อ้	อี	ฝ	ส	ร	ร	ร	อิ
ส	อี	ไ	ว	า	น	ก	ข	ย	ม	อ่	ม	ะ	ะ
ผ	อ่	ซ	ไ	พ	ก	ด	อ	ห	ม	อ่	แ	โ	ค
ภ	ด	ห	ผ	ะ	ภ	ญ	า	น	ป	น	ส	ย	อุ
ม	อ็	ก	า	ร	ท	อำ	อ	า	ห	า	ร	ช	ณ
ล	ม	ก	ช	ห	ห	อ	ม	ร	ป	อ	โ	น	ภ
ข	เ	ค	ะ	โ	พ	ส	ท	ะ	ย	ค	ถ	อ์	า
ผ	อ้	ก	ช	อี	ฝ	ร	อ้	อ่	ง	ซ	ธ	ญ	พ
ม	า	ร	อ์	โ	จ	แ	ร	ม	ช	ผ	ธ	ณ	ฉ

หอม	การทำอาหาร
โหระพา	มาร์โจแรม
ดอกไม้	ผักชีฝรั่ง
ทาร์รากอน	คุณภาพ
เม็ดยี่หร่า	โรสแมรี่
สวน	หญ้าฝรั่น
รสชาติ	ไธม์
เขียว	เป็นประโยชน์
กระเทียม	ส่วนผสม

79 - Musik

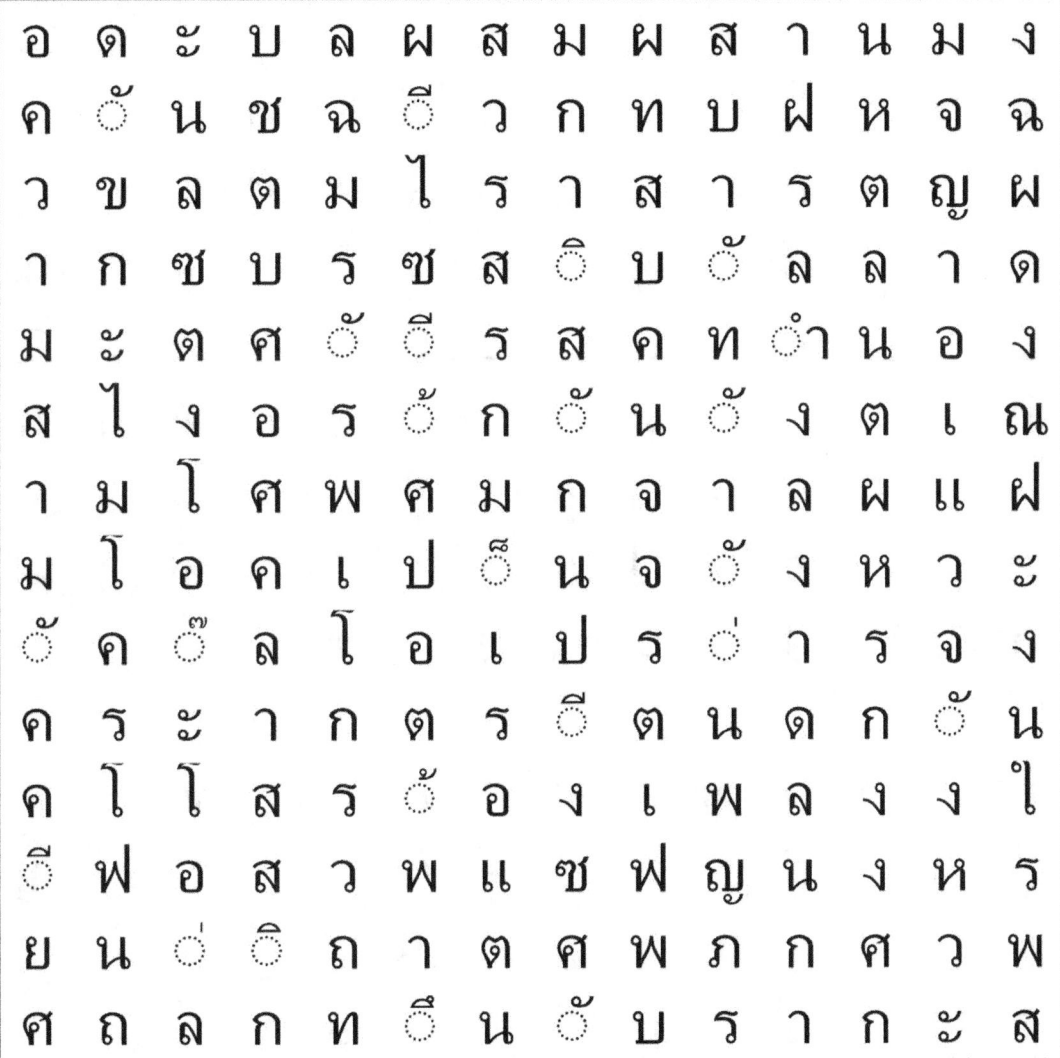

อัลบั้ม
การบันทึก
บัลลาด
ผสมผสาน
ความสามัคคี
โอ๊ะโอ่
ตราสาร
คลาสสิก
ลีริคัล
ทำนอง

ไมโครโฟน
ดนตรี
นักดนตรี
โอเปร่า
บทกวี
เป็นจังหวะ
จังหวะ
นักร้อง
ร้องเพลง

80 - Antiquitäten

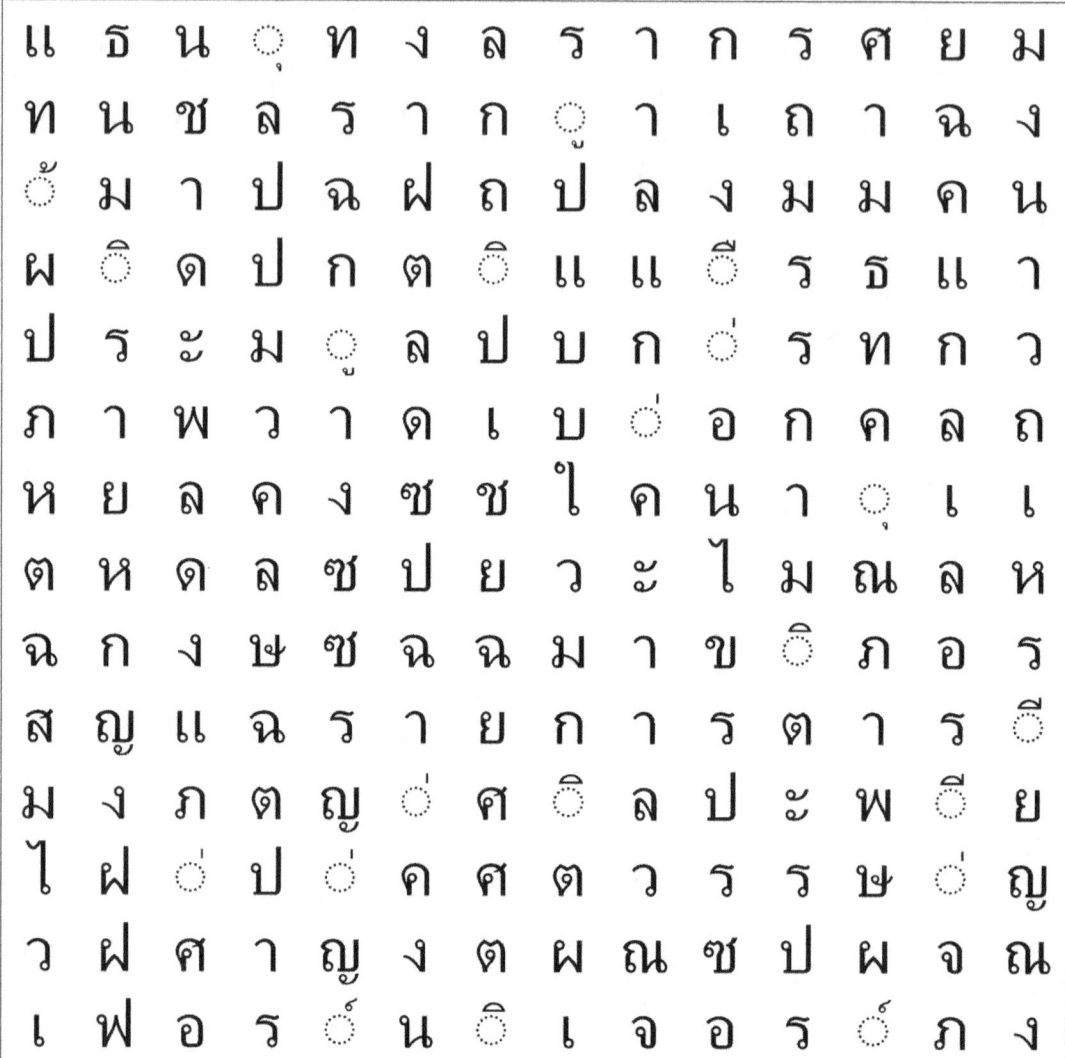

แ ธ น ◌ุ ท ง ล ร า ก ร ศ ย ม
ท น ช ล ร า ก ◌ู า เ ถ า ฉ ง
◌้ ม า ป ฉ ฝ ถ ป ล ง ม ม ค น
ผ ◌ิ ด ป ก ต ◌ิ แ แ ◌ื ร ธ แ า
ป ระ ม ◌ุ ล ป บ ก ◌่ ร ท ก ว
ภ า พ ว า ด เ บ ◌่ อ ก ค ล ถ
ห ย ล ค ง ซ ช ใ ค น า ◌ุ เ เ
ต ห ด ล ซ ป ย ว ะ ไ ม ณ ล ห
ฉ ก ง ษ ซ ฉ ฉ ม า ข ◌ิ ภ อ ร
ส ญ แ ฉ ร า ย ก า ร ต า ร ◌ื
ม ง ภ ต ญ ◌่ ศ ◌ิ ล ป ะ พ ◌ื ย
ไ ฝ ◌่ ป ◌่ ค ศ ต ว ร ร ษ ◌่ ญ
ว ฝ ศ า ญ ง ต ผ ณ ซ ป ผ จ ณ
เ ฟ อ ร ◌์ น ◌ิ เ จ อ ร ◌์ ภ ง

แก่	เฟอร์นิเจอร์
รายการ	เหรียญ
แท้	ราคา
ตกแต่ง	คุณภาพ
สง่า	ประติมากรรม
แกลเลอรี่	รูปแบบ
ภาพวาด	ผิดปกติ
การลงทุน	ประมูล
ศตวรรษ	ค่า
ศิลปะ	เงื่อนไข

81 - Adjektive #2

ด	ก	ภ	◌ู	ม	◌ิ	ไ	ใจ	ส	ม	ใ	เ	พ	ป
แ	ร	◌ิ	ญ	ส	ต	ฝ	ธ	ร	◌ี	ท	ป	ด	ภ
ะ	ข	า	น	ด	ก	ญ	ร	◌้	ช	ม	◌็	ค	เ
ธ	ฉ	◌็	ม	ไ	ป	ใ	อ	า	◌ี	ว	น	ด	ร
แ	ท	◌้	ง	◌่	ด	ซ	◌ุ	ง	◌่	ภ	ธ	ป	◌้
ด	ศ	ศ	ศ	แ	า	◌้	ด	ส	อ	น	ร	ล	บ
เ	ผ	◌็	ด	ฉ	ร	ห	ม	ร	เ	ต	ร	ภ	ผ
ส	ฝ	แ	ช	า	◌่	ง	ส	ร	ส	ฟ	ม	ก	◌ิ
ท	จ	ศ	ซ	ศ	บ	ฉ	ม	ค	◌ี	ภ	ช	ก	ด
ย	ฝ	ก	น	ธ	ญ	ฝ	บ	◌์	ย	ภ	า	น	ช
ะ	ค	ซ	ะ	ย	ณ	ม	◌ุ	ว	ง	ซ	ต	ธ	อ
น	◌่	า	ส	น	ใจ	ร	ฝ	ป	ว	◌ิ	ห	บ	
ถ	ณ	ค	ร	ข	จ	พ	ณ	ช	◌่	ม	ห	ใ	ล
ษ	ห	ข	ะ	ล	ด	ร	◌์	ย	า	บ	◌ิ	ธ	ฉ

แท้	สร้างสรรค์
มีชื่อเสียง	เป็นธรรมชาติ
ธิบาย	ใหม่
ดราม่า	ปกติ
สง่า	อุดมสมบูรณ์
กินได้	เค็ม
สด	ภูมิใจ
แข็งแรง	รับผิดชอบ
หิว	ป่า
น่าสนใจ	เผ็ด

82 - Kleidung

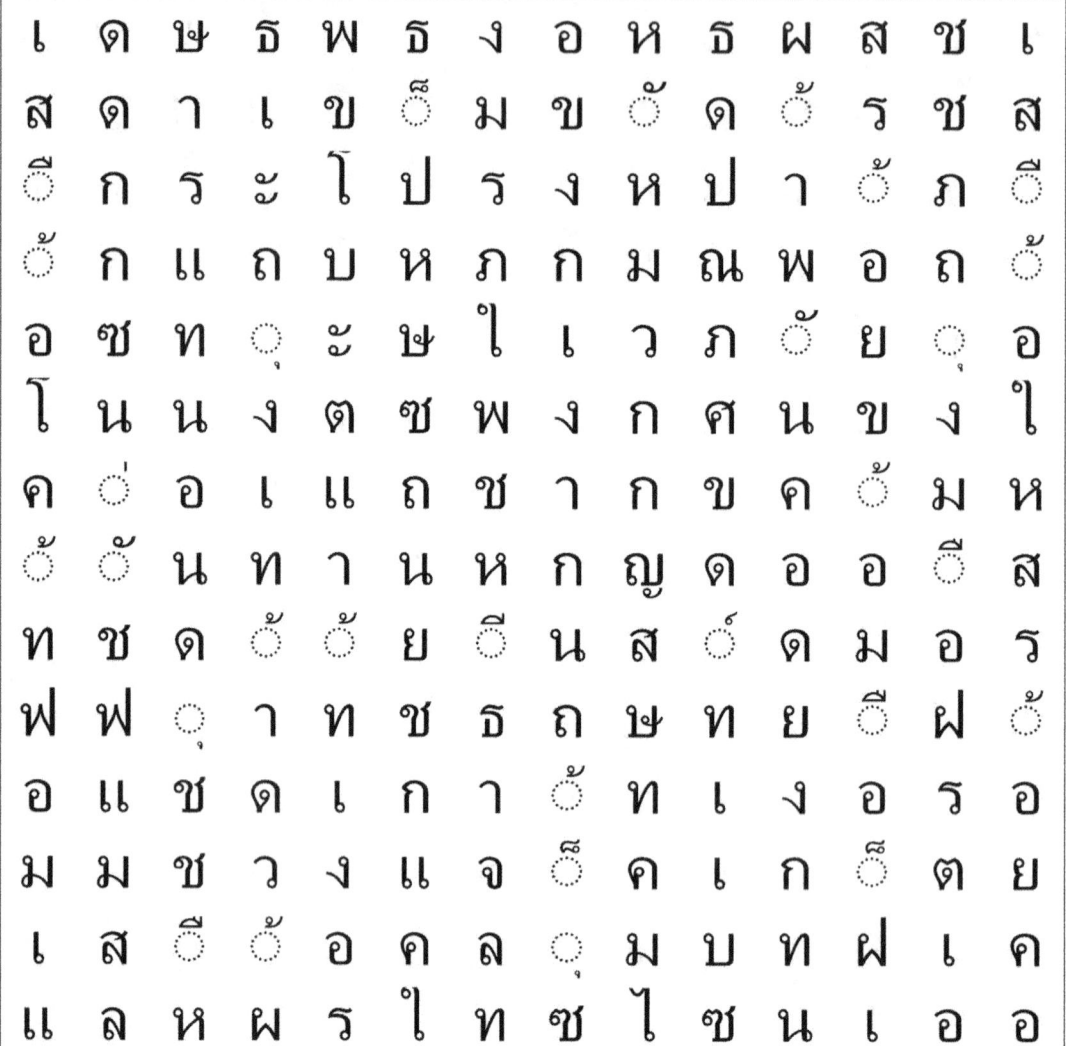

เ	ด	ษ	ธ	พ	ธ	ง	อ	ห	ธ	ผ	ส	ช	เ
ส	ด	า	เ	ข	็	ม	ข	ั	ด	้	ร	ช	ส
ื	ก	ร	ะ	โ	ป	ร	ง	ห	ป	า	้	ภ	ื
้	ก	แ	ถ	บ	ห	ภ	ก	ม	ณ	พ	อ	ถ	้
อ	ซ	ท	ฺ	ะ	ษ	ไ	เ	ว	ภ	ั	ย	ฺ	อ
โ	น	น	ง	ต	ซ	พ	ง	ก	ศ	น	ข	ง	ไ
ค	่	อ	เ	แ	ถ	ช	า	ก	ข	ค	้	ม	ห
้	ั	น	ท	า	น	ห	ก	ญ	ด	อ	อ	ื	ส
ท	ช	ด	้	้	ย	ี	น	ส	์	ด	ม	อ	ร
ฟ	ฟ	ฺ	า	ท	ช	ธ	ถ	ษ	ท	ย	ื	ฝ	้
อ	แ	ช	ด	เ	ก	า	้	ท	เ	ง	อ	ร	อ
ม	ม	ช	ว	ง	แ	จ	็	ค	เ	ก	็	ต	ย
เ	ส	ื	้	อ	ค	ล	ฺ	ม	บ	ท	ฝ	เ	ค
แ	ล	ห	ผ	ร	ไ	ท	ซ	ไ	ซ	น	เ	อ	อ

สร้อยข้อมือ	เสื้อโค้ท
เข็มขัด	แฟชั่น
สร้อยคอ	เสื้อคลุม
ถุงมือ	กระโปรง
เสื้อ	รองเท้าแตะ
กางเกง	ผ้าพันคอ
หมวก	ชุดนอน
แจ็คเก็ต	รองเท้า
ยีนส์	ถุงเท้า
ชุด	

83 - Politik

ร า ก ม ร ร ก ะ ณ ค เ ป น น
ย จ ล ใ น ค ผ ร ส ข ส ม ั ั
ค ร ย ต ฝ โ ผ ม ภ ก ร ก ก ก
ว ิ ุ ด ญ ช ย ส า ฟ ี อ ก ก
า ย ท ธ ถ น ั บ พ น ภ ภ า ิ
ม ธ ธ ภ า ษ ี ย า ผ า ย ร จ
เ ร ์ ก ใ ร ฉ ภ ช ย พ ค เ ก
ส ร ธ ถ ท บ ณ ฟ ร น ภ ว ม ร
ม ม ข ฝ เ ซ ง ร จ น ะ า ื ร
อ ร ั ฐ บ า ล จ ง ก ศ ม อ ม
ภ ค ว า ม เ ห ็ น ค บ น ง ย
า ร ะ ด ั บ ช า ต ิ ์ ิ ฉ ท
ค ช ท า ง เ ล ื อ ก แ ย ส ฉ
ผ ุ ั ส ม ั ค ร ณ า ข ม ก ท

นักกิจกรรม	นโยบาย
จริยธรรม	นักการเมือง
เสรีภาพ	ความนิยม
ความเสมอภาค	สภา
รณรงค์	รัฐบาล
ผู้สมัคร	ชัยชนะ
คณะกรรมการ	ภาษี
ความเห็น	กลยุทธ์
ระดับชาติ	ทางเลือก

84 - Farben

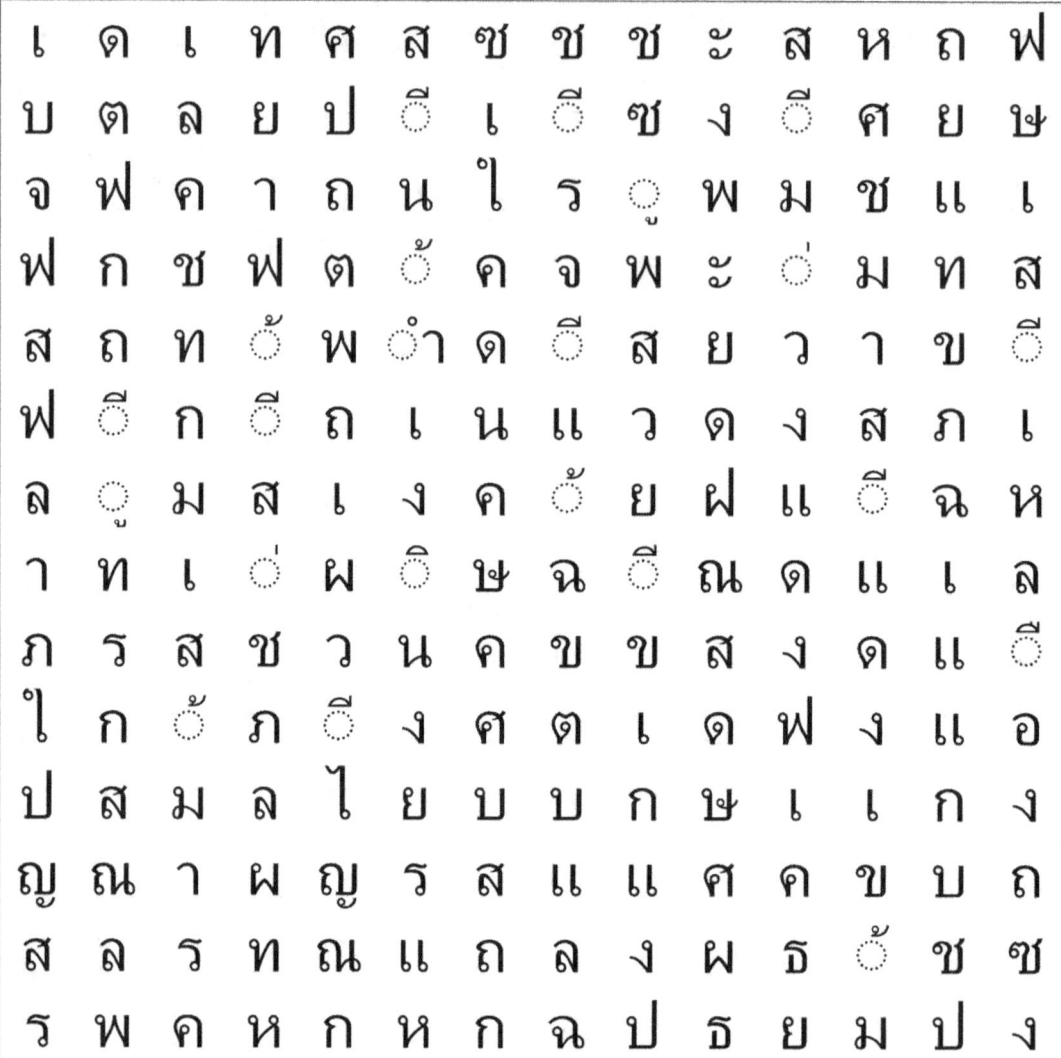

เ	ด	เ	ท	ศ	ส	ซ	ช	ช	ะ	ส	ห	ถ	ฟ
บ	ต	ล	ย	ป	อี	เ	อี	ซ	ง	อี	ศ	ย	ษ
จ	ฟ	ค	า	ถ	น	ไ	ร	อู	พ	ม	ช	แ	เ
ฟ	ก	ช	ฟ	ต	อั้	ค	จ	พ	ะ	อ่	ม	ท	ส
ส	ถ	ท	อั้	พ	ำ	ด	อี	ส	ย	ว	า	ข	อี
ฟ	อี	ก	อี	ถ	เ	น	แ	ว	ด	ง	ส	ภ	เ
ล	อู	ม	ส	เ	ง	ค	อั้	ย	ฝ	แ	อี	ฉ	ห
า	ท	เ	อ่	ผ	อิ	ษ	ฉ	อี	ณ	ด	แ	เ	ล
ภ	ร	ส	ช	ว	น	ค	ข	ข	ส	ง	ด	แ	อื
ใ	ก	อั้	ภ	อี	ง	ศ	ต	เ	ด	ฟ	ง	แ	อ
ป	ส	ม	ล	ไ	ย	บ	บ	ก	ษ	เ	เ	ก	ง
ญ	ณ	า	ผ	ญ	ร	ส	แ	แ	ศ	ค	ข	บ	ถ
ส	ล	ร	ท	ณ	แ	ถ	ล	ง	ผ	ธ	อั้	ช	ซ
ร	พ	ค	ห	ก	ห	ก	ฉ	ป	ธ	ย	ม	ป	ง

สีฟ้า	สีม่วง
เบจ	สีม่วงแดง
สีน้ำเงิน	ส้ม
สีน้ำตาล	สีแดงเข้ม
ฟูเชีย	ชมพู
สีเหลือง	แดง
เทา	สีดำ
เขียว	ซีเปีย
คราม	ขาว

85 - Haus

แ	ธ	โ	อ	ล	ร	ห	ว	พ	เ	ะ	เ	ฝ	ท
ณ	ด	ค	ฝ	ห	ป	ฟ	ผ	ห	ฟ	ศ	ท	ห	ญ
า	ด	ม	ฺ	ส	ง	อ	้	ห	อ	ฝ	เ	ห	ภ
ไ	เ	ไ	ษ	ไ	ฟ	ฺ	ต	ะ	ร	ป	ไ	ฉ	ฝ
ร	ม	ฟ	อ	า	บ	น	้	ำ	์	ซ	ว	ณ	ต
ห	โ	้	ง	า	ต	่	า	้	น	ห	ก	ะ	บ
ล	ร	ป	ก	ว	้	ร	ค	ง	ิ	ผ	า	ต	เ
น	ง	ผ	ล	ว	ษ	ธ	ง	แ	เ	แ	ะ	ญ	ไ
พ	ร	ง	ก	่	า	ต	้	ก	จ	ะ	ร	ก	ร
ม	ถ	บ	ั	บ	อ	ด	ล	ไ	อ	จ	ไ	ส	้
เ	พ	ด	า	น	ษ	ง	ห	พ	ร	ศ	ฟ	ธ	้
ญ	ณ	ฝ	ะ	ว	ผ	ข	ไ	ต	์	ต	ง	ป	ว
ญ	จ	ข	ง	ส	ภ	แ	ภ	ฟ	ษ	ฉ	ก	เ	ฝ
ห	้	อ	ง	ใ	ต	้	ห	ล	้	ง	ค	า	ภ

ไม้กวาด	เตาผิง
ห้องสมุด	ครัว
หลังคา	โคมไฟ
ห้องใต้หลังคา	เฟอร์นิเจอร์
เพดาน	ปล่องไฟ
อาบน้ำ	กระจก
หน้าต่าง	ประตู
โรงรถ	ผนัง
สวน	รั้ว

86 - Bauernhof #1

แ	พ	ะ	ด	ก	ช	เ	ะ	ส	ห	ท	า	ญ	ซ
เ	ก	ษ	ต	ร	ก	ร	ร	ม	ม	มี	ณ	ส	ค
ผ	น	อ้	อ	ง	ร	อั	อ้	ว	า	อ่	ฉ	ษ	ฉ
ป	อึ	ฝ	ล	ผ	ธ	ไ	ว	ค	ภ	ด	พ	แ	า
ซ	อุ	อั้	ช	อื	ซ	แ	ภ	เ	ศ	อิ	เ	ว	ว
ส	ด	อ่	ง	อ้	ฉ	ว	อ้	ว	ม	น	ร	อ	ว
ภ	น	ว	ย	อำ	ถ	ฟ	ช	ธ	อ้	ด	ป	ข	น
ป	ง	า	ฟ	อั้	ศ	ฝ	ข	า	า	ร	อ	ผ	ณ
ข	พ	ก	ม	น	น	ห	ม	อู	จ	ะ	ย	บ	ร
ญ	ศ	อี	ซ	ง	อั้	ท	น	ภ	ร	ฉ	ภ	จ	ไ
น	า	อ	ถ	พ	อำ	ผ	ฟ	ท	ฟ	ม	ไ	ก	อ่
ผ	เ	ท	อ	ง	แ	ช	ช	ย	ผ	ห	ร	ษ	ร
ล	า	า	ณ	อ	ไ	ฉ	ษ	า	ภ	พ	ก	ส	ศ
ด	ห	ก	ฝ	ธ	ป	แ	ม	ว	า	อ้	ข	ญ	ห

ผึ้ง	อีกา
ปุ๋ย	วัว
ลา	ที่ดิน
สนาม	เกษตรกรรม
ฟาง	ม้า
น้ำผึ้ง	ข้าว
ไก่	หมู
หมา	น้ำ
น่อง	รั้ว
แมว	แพะ

87 - Regierung

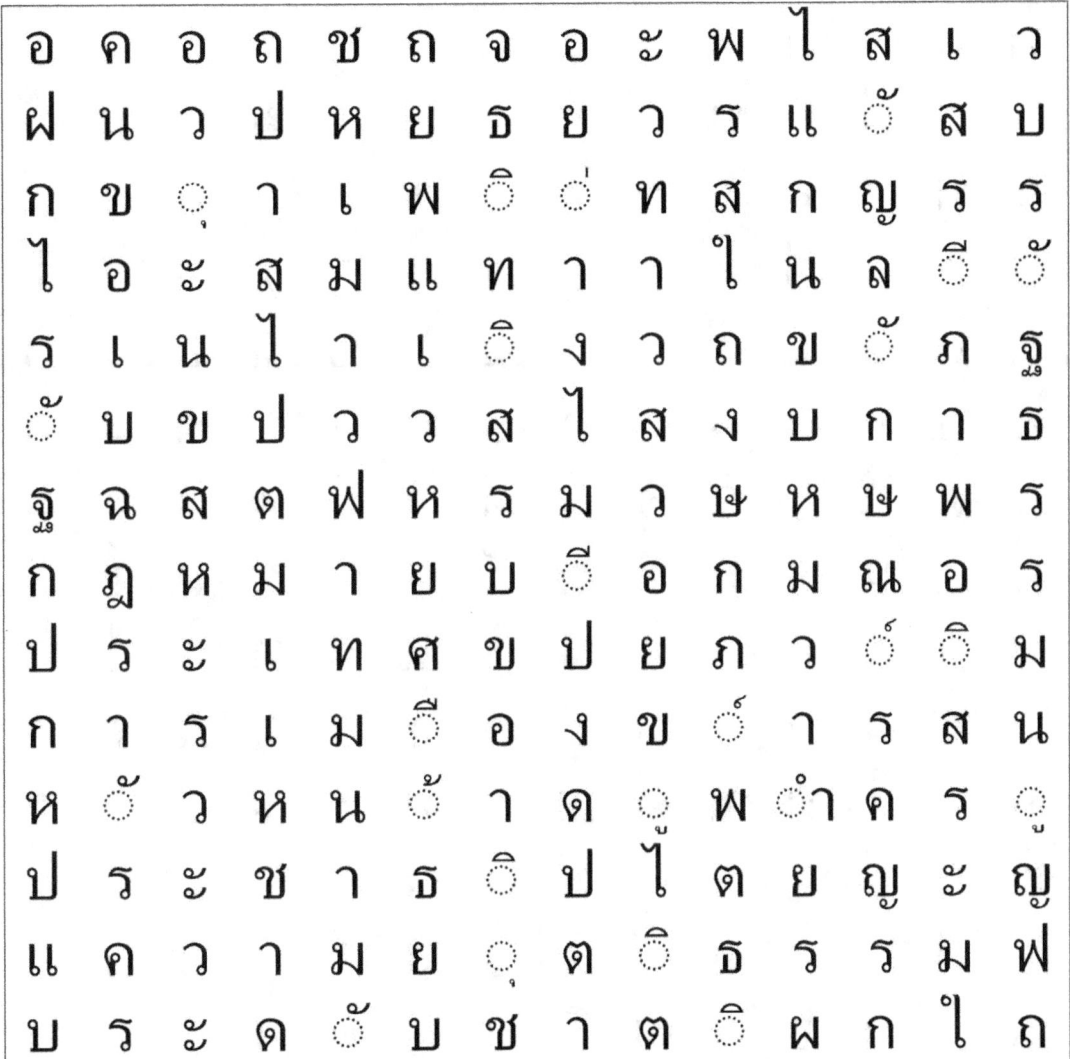

อ	ค	อ	ถ	ช	ถ	จ	อ	ะ	พ	ไ	ส	เ	ว
ฝ	น	ว	ป	ห	ย	ธ	ย	ว	ร	แ	ั	ส	บ
ก	ข	ุ	า	เ	พ	ิ	่	ท	ส	ก	ญ	ร	ร
ไ	อ	ะ	ส	ม	แ	ท	า	า	ไ	น	ล	ี	ั
ร	เ	น	ไ	า	เ	◌	ง	ว	ถ	ข	ั	ภ	ฐ
ั	บ	ข	ป	ว	ว	ส	ไ	ส	ง	บ	ก	า	ธ
ฐ	ฉ	ส	ต	ฟ	ห	ร	ม	ว	ษ	ห	ษ	พ	ร
ก	ฎ	ห	ม	า	ย	บ	ี	อ	ก	ม	ณ	อ	ร
ป	ร	ะ	เ	ท	ศ	ข	ป	ย	ภ	ว	์	ิ	ม
ก	า	ร	เ	ม	ื	อ	ง	ข	์	า	ร	ส	น
ห	ั	ว	ห	น	ั	า	ด	ุ	พ	ำ	ค	ร	ุ
ป	ร	ะ	ช	า	ธ	ิ	ป	ไ	ต	ย	ญ	ะ	ญ
แ	ค	ว	า	ม	ย	ุ	ต	ิ	ธ	ร	ร	ม	ฟ
บ	ร	ะ	ด	ั	บ	ช	า	ต	ิ	ผ	ก	ไ	ถ

เขต
ประชาธิปไตย
อนุสาวรีย์
อย่าง
เสรีภาพ
สงบ
หัวหน้า
ความยุติธรรม
กฎหมาย
ความเสมอภาค

ประเทศ
ระดับชาติ
การเมือง
สิทธิ
คำพูด
รัฐ
สัญลักษณ์
อิสระ
รัฐธรรมนูญ

88 - Berufe #1

พ ย ห ศ น ั ก บ ั ญ ช ี จ ฮ
ย ์ ฝ ิ น ั ก เ ป ี ย โ น ั
า ท เ ล ก ร า ค า น ธ ย า น
บ พ า ป ะ ร ป ง า ่ ช ช ว เ
า แ ฉ ิ โ ค ้ ช ส ข ถ อ ว ต
ล ว ฉ น ท น า ย ค ว า ม ต อ
อ ต น ั ก จ ิ ต ว ิ ท ย า ร
ม ั น ั ก เ ต ้ น ศ ฝ ด เ ์
ห ส ญ ภ ร อ ฉ ใ ณ ห ท ป ไ ค
พ เ ฉ ม ย ต ค ค า ธ ถ ม ช อ
ข จ ไ ป ณ ศ ณ ะ พ ข ณ ธ ่ ธ
พ ภ ป ะ ร ี ต น ด ก ั น า น
ช ่ า ง ต ั ด เ ส ื ้ อ ง ร
น ั ก ธ ร ณ ี ว ิ ท ย า ศ อ

หมอ	ช่าง
นายธนาคาร	นักดนตรี
นักบัญชี	นักเปียโน
นักธรณีวิทยา	นักจิตวิทยา
ฮันเตอร์	ทนายความ
อัญมณี	ช่างตัดเสื้อ
ช่างประปา	นักเต้น
พยาบาล	สัตวแพทย์
ศิลปิน	โค้ช

89 - Adjektive #1

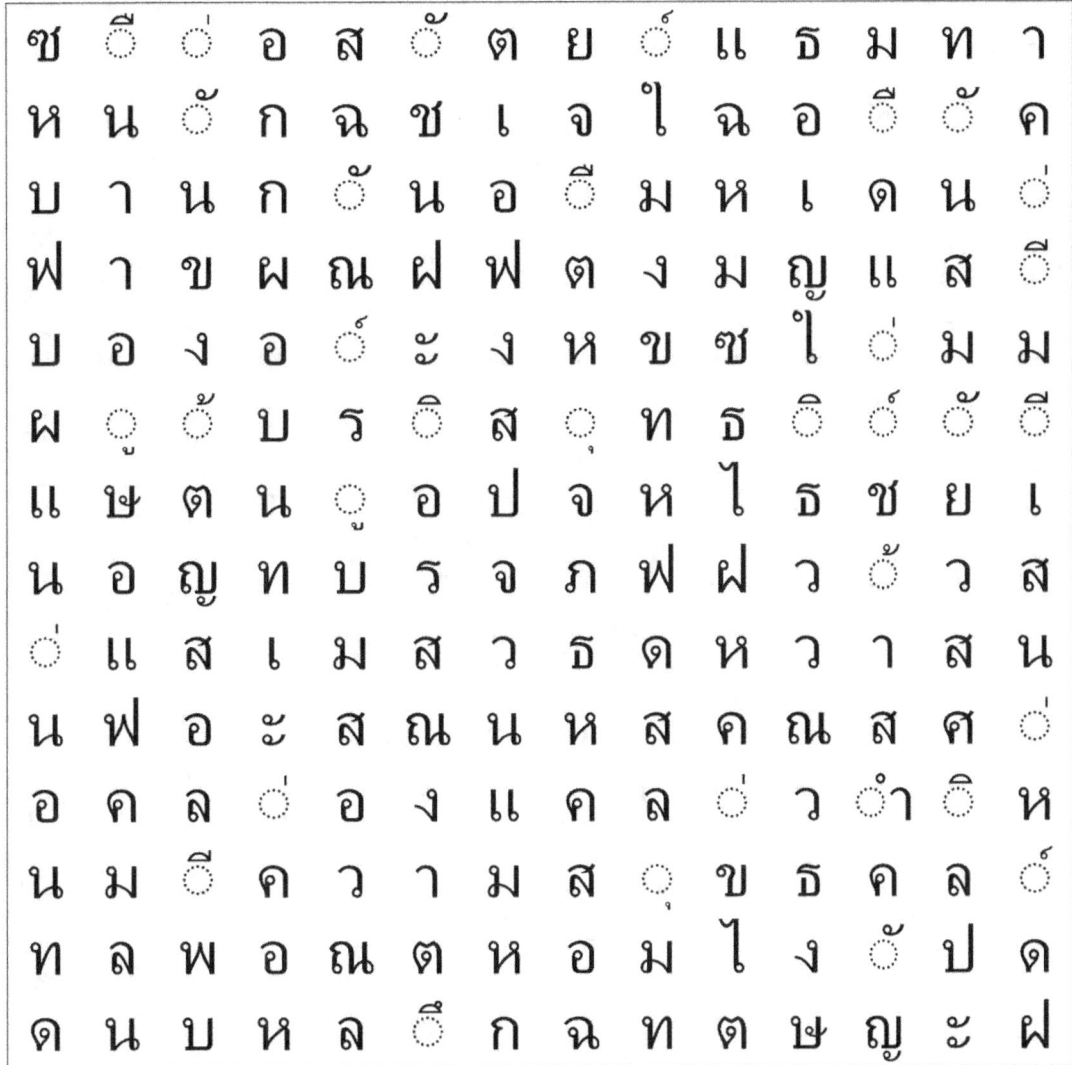

ซ	ือ	อ่	อ	ส	ตั	ต	ย	อ์	แ	ธ	ม	ท	า
ห	น	นั	ก	ฉ	ช	เ	จ	ไ	ฉ	อ	อือ	อั	ค
บ	า	น	ก	นั	น	อ	ือ	ม	ห	เ	ด	น	อ่
ฟ	า	ข	ผ	ณ	ฝ	ฟ	ต	ง	ม	ญ	แ	ส	อือ
บ	อ	ง	อ	อ์	ะ	ง	ห	ข	ซ	ไ	อ่	ม	ม
ผ	อุ	อ้	บ	ร	อิ	ส	อุ	ท	ธ	อิ	อ์	อั	อือ
แ	ษ	ต	น	อุ	อ	ป	จ	ห	ไ	ธ	ช	ย	เ
น	อ	ญ	ท	บ	ร	จ	ภ	ฟ	ฝ	ว	อ้	ว	ส
อ่	แ	ส	เ	ม	ส	ว	ธ	ด	ห	ว	า	ส	น
น	ฟ	อ	ะ	ส	ณ	น	ห	ส	ค	ณ	ส	ศ	อ่
อ	ค	ล	อ่	อ	ง	แ	ค	ล	อ่	ว	อำ	อิ	ห
น	ม	อี	ค	ว	า	ม	ส	อุ	ข	ธ	ค	ล	อ์
ท	ล	พ	อ	ณ	ต	ห	อ	ม	ไ	ง	อั	ป	ด
ด	น	บ	ห	ล	อึ	ก	ฉ	ท	ต	ษ	ญ	ะ	ฝ

แน่นอน	ช้า
คล่องแคล่ว	ทันสมัย
หอม	สมบูรณ์
มีเสน่ห์	ใหญ่
มืด	สวย
บาง	หนัก
ซื่อสัตย์	ลึก
มีความสุข	ผู้บริสุทธิ์
เหมือนกัน	มีค่า
ศิลปะ	สำคัญ

90 - Geometrie

ผ แ ภ ภ ร จ ข ษ ณ า ถ ส เ ฟ
ต น ส ส ่ ว น อ ส ะ ฝ า ส ว
ค ว ข ม ฝ พ ษ ว เ ก า ม ั้ ต
จ ต ส ง ก ษ ฝ ง ร น ถ เ น ั
ะ ั้ อ ม ก า ะ ก ร ร ต ห โ ว
ช ั้ ใ ไ ม ง ร ล ว ม จ ล ค เ
ป ง อ า น า ร ม ผ ธ ซ ี ้ ล
ส ข น า น ใ ต ล ญ ด ค ่ ง ข
ว ั ณ ว น ำ ค ร า ก ว ย ย บ
ณ ต ด พ ื ้ น ผ ิ ว า ม ย ท
ะ ธ อ ส ก ย ง น ซ พ ม ี ธ ฤ
ส ห ะ ภ ่ ห ว ค น ว ส ศ ญ ษ
ม ิ ต ิ ณ ว ม ุ ม ถ ุ ้ จ ฏ
แ น ว น อ น น ณ ง ห ง ร ป ี

สัดส่วน	มวล
การคำนวณ	ตัวเลข
มิติ	พื้นผิว
สามเหลี่ยม	ขนาน
สมการ	รัศมี
แนวนอน	ส่วน
ความสูง	สมมาตร
วงกลม	ทฤษฎี
เส้นโค้ง	แนวตั้ง
ตรรกะ	มุม

91 - Jazz

ไ	ห	ม	่	บ	ค	ศ	ซ	เ	ด	ษ	ด	ไ	จ
ป	น	พ	ถ	ต	ร	์	ิ	ส	เ	น	อ	ค	ั
ฏ	ั	ด	น	ต	ร	ี	ง	ล	พ	เ	ื	ผ	ง
ิ	ก	ล	ง	อ	ธ	ผ	จ	แ	ป	ท	ร	เ	ห
ภ	ด	ภ	ท	ษ	พ	ญ	ก	ช	ร	ิ	ต	ส	ว
า	น	อ	ั	ล	บ	ั	้	ม	จ	ธ	น	ี	ะ
ณ	ต	ร	า	ย	ก	า	ร	โ	ป	ร	ด	ย	พ
โ	ร	บ	ธ	ฝ	ย	ท	บ	ธ	ผ	ศ	ง	ง	ร
ว	ี	ห	ม	บ	บ	แ	ป	ุ	ร	ภ	ว	ป	ส
ห	ป	ร	ะ	เ	ภ	ท	ก	ญ	ณ	ห	ง	ร	ว
า	เ	ด	ี	่	ย	ว	ต	่	ฟ	ท	ม	บ	ร
ร	ห	ง	ย	ส	ื	เ	อ	ช	ื	ื	ี	ม	ร
น	ั	ก	แ	ต	่	ง	เ	พ	ล	ง	ไ	ื	ค
เ	ท	ค	น	ิ	ค	ล	ข	า	ะ	ธ	ว	อ	์

อัลบั้ม	เพลง
แก่	ดนตรี
เสียงปรบมือ	นักดนตรี
มีชื่อเสียง	ใหม่
รายการโปรด	วงดนตรี
ประเภท	จังหวะ
ปฏิภาณโวหาร	เดี่ยว
นักแต่งเพลง	รูปแบบ
คอนเสิร์ต	พรสวรรค์
ศิลปิน	เทคนิค

92 - Mathematik

ถ	ธ	ซ	ท	ษ	ข	แ	ฝ	ป	แ	บ	ย	ซ	ญ
พ	ต	น	ะ	ล	ถ	ไ	ผ	ผ	ผ	ฉ	ฟ	ญ	เ
ห	ั	ธ	ล	ไ	เ	จ	ฝ	ว	น	า	น	ข	ส
ซ	ว	ธ	ถ	ง	ซ	ร	ข	ส	ก	ซ	ศ	ล	้
ท	แ	ไ	ด	ม	ต	า	ข	ม	ฺ	ม	ไ	เ	น
บ	ท	ว	ย	ย	จ	ก	พ	า	ศ	ง	อ	ย	ร
ศ	น	ง	จ	่	ม	ม	ซ	ด	ค	ง	ม	า	อ
ต	ว	อ	ว	ี	ษ	ส	ค	ถ	ร	ณ	ย	ม	บ
ั	่	น	เ	ล	ข	ค	ณ	ิ	ต	ช	ิ	ห	ว
้	ส	เ	อ	ห	า	ฝ	ส	ร	า	ซ	น	ต	ง
ง	ษ	ฉ	อ	เ	ท	ซ	ไ	เ	ม	ี	ศ	ั	ร
ฉ	ศ	ศ	ล	ม	เ	ว	ะ	ข	ม	ล	ท	ณ	ฝ
า	เ	เ	ฉ	อ	ว	ร	ป	ส	ว	ธ	ส	า	
ก	ฉ	ง	ย	ส	ี	เ	บ	ั	ด	ะ	ร	ถ	ช

เลขคณิต
เศษส่วน
ทศนิยม
แผนก
สามเหลี่ยม
ตัวแทน
เรขาคณิต
สมการ
องศา

ขนาน
รัศมี
ตั้งฉาก
รวม
สมมาตร
เส้นรอบวง
ระดับเสียง
มุม
หมายเลข

93 - Messungen

ร	ถ	ศ	ธ	อ	ค	ก	น	้	ำ	ห	น	ั	ก
ะ	ค	ธ	ฟ	ง	ว	้	ิ	น	ห	ษ	ล	ไ	ย
ด	แ	ณ	ห	ศ	า	ป	เ	โ	ห	ไ	ต	ต	ข
ั	ร	ม	ห	า	ม	ง	ต	ต	ล	ว	ซ	แ	ณ
บ	ต	บ	ะ	ส	ล	ฝ	ะ	แ	ว	ก	อ	ย	ง
เ	ม	ไ	ค	อ	ึ	ภ	ท	ถ	ม	ั	ร	ก	ฺ
ส	เ	บ	ซ	ว	ก	ร	พ	ณ	ท	ก	ต	ั	ส
ี	ิ	ม	ณ	ข	า	ถ	ก	ฉ	ธ	ิ	ิ	ว	ม
ย	ต	ย	ต	ท	ฟ	ม	ผ	ถ	ฝ	โ	ล	ผ	า
ง	น	ิ	ภ	ร	ต	ช	ย	ช	ภ	ล	ย	ป	ว
์	ซ	น	อ	อ	จ	ไ	อ	า	ฝ	เ	ม	ฟ	ค
ต	เ	ศ	ม	ว	เ	ห	อ	ษ	ว	ม	ถ	ะ	ป
บ	ี	ท	า	น	ั	ต	ต	ค	ะ	ต	ถ	อ	น
ไ	ค	ว	า	ม	ก	ว	้	า	ง	ร	ด	ไ	ญ

ความกว้าง	ลิตร
ไบต์	มวล
ทศนิยม	เมตร
น้ำหนัก	นาที
องศา	ความลึก
กรัม	ตัน
ความสูง	ออนซ์
กิโลกรัม	ระดับเสียง
กิโลเมตร	เซนติเมตร
ความยาว	นิ้ว

94 - Boxen

ป	แ	ด	ถ	จ	จ	ฝ	ว	ถ	ข	ม	เ	ไ	จ
ข	อ	ซ	ผ	◌ุ	า	ภ	ด	ง	ไ	จ	ม	ย	ค
เ	ถ	ค	◌ู	ษ	ง	ร	แ	ค	า	ง	แ	ศ	ม
ช	ญ	ษ	◌้	ธ	ะ	ม	ค	◌ู	◌่	แ	ข	◌่	ง
◌ื	ซ	ถ	ต	โ	น	ค	◌ื	◌้	◌ุ	ก	ร	า	ก
อ	อ	ข	◌ั	ท	ฟ	ป	า	อ	ษ	ษ	ฝ	อ	ส
ก	น	ศ	ด	เ	◌ั	ก	ข	◌้	อ	ศ	อ	ก	ช
ฉ	◌ั	แ	ส	ห	จ	ก	◌ั	ญ	ค	ภ	ฟ	ย	ค
จ	ก	ร	◌ิ	น	ฉ	ท	ษ	ส	ะ	ต	เ	ร	ก
ง	ส	ษ	น	◌ื	ท	ค	ก	ะ	แ	ฝ	แ	ะ	◌ำ
ร	◌ู	บ	ม	◌่	ด	ญ	แ	ข	น	ณ	ะ	ฆ	ป
า	◌้	ะ	ซ	อ	พ	ป	น	ฉ	น	ก	ม	◌ั	◌้
ล	ป	า	หย	า	ก	ง	า	◌่	ร	◌ุ	ง	◌้	
เ	ร	◌็	ว	ล	พ	เ	ว	ท	ร	ห	ม	ว	น

มุม	เตะ
ข้อศอก	คาง
เหนื่อย	ร่างกาย
กำปั้น	คะแนน
ทักษะ	การกู้คืน
โฟกัส	ผู้ตัดสิน
คู่แข่ง	เร็ว
ระฆัง	เชือก
ถุงมือ	แรง
นักสู้	

95 - Psychologie

ห	ก	า	ร	น	ั	ด	ห	ม	า	ย	ไ	ไ	ใ
ม	เ	ต	ด	บ	พ	ซ	ษ	ภ	ส	พ	เ	อ	ส
ด	ษ	ต	ถ	ส	ผ	ก	ป	ย	ง	ไ	ล	เ	ย
ส	ด	ั	บ	ำ	บ	ร	า	ก	ก	ต	อ	ด	ค
ต	จ	อ	บ	ุ	ค	ล	ิ	ก	ภ	า	พ	ี	ว
ิ	ซ	ส	ท	บ	า	พ	ณ	ด	ก	ห	ด	ย	า
ผ	พ	อ	ป	ผ	ท	ธ	ณ	็	า	ญ	อ	ไ	ม
ค	ค	ฤ	ย	ฝ	ค	ิ	ล	เ	ร	ั	ว	ฟ	ท
ใ	ล	ว	ต	จ	อ	ท	ร	ย	ร	ป	ษ	ษ	ร
ฝ	ป	ิ	า	ิ	ภ	ิ	ด	ั	ั	ฝ	น	ง	ง
ข	ป	จ	น	ม	ก	อ	ณ	ว	บ	ห	ไ	ม	จ
ไ	ค	ใ	น	ิ	ฝ	ร	ผ	พ	ร	ไ	ด	ะ	ำ
า	ฉ	ร	ช	ซ	ก	ั	ร	ผ	ู	ต	ม	ด	ว
ค	ว	า	ม	ค	ิ	ด	น	ม	ั	ป	ล	ใ	ผ

หมดสติ	บุคลิกภาพ
อัตตา	ปัญหา
อิทธิพล	การนัดหมาย
ความทรงจำ	การบำบัด
ความคิด	ความฝัน
ไอเดีย	พฤติกรรม
วัยเด็ก	การรับรู้
คลินิก	

96 - Bauernhof #2

ส	ผ	ช	า	ว	น	า	ร	น	เ	ผ	ร	ด	ย
ะ	ั้	ห	น	ห	ั้	ง	ั้	ก	ด	ป	ม	ณ	ฉ
ะ	ก	แ	ง	ย	้	ี	ล	เ	น	ค	็้	ป	ผ
ก	ส	ล	ร	์	ช	ถ	ณ	พ	ซ	เ	ฉ	ด	ธ
แ	ว	า	โ	ล	ธ	ล	ี	า	ส	ว	า	้	ข
ก	น	ม	ร	่	ท	ข	ป	ต	ค	ถ	ค	ม	ะ
ุ	ผ	า	ก	เ	เ	บ	ไ	ร	บ	ค	ต	แ	อ
ล	ล	ศ	ผ	์	ว	ค	บ	ฟ	ะ	ว	พ	ว	า
ถ	ไ	แ	์	ร	อ	ต	เ	ก	ร	ท	แ	ถ	ร
ป	ม	ด	ส	า	ม	เ	ซ	ไ	ซ	ส	า	ง	ฟ
ย	ั้	น	ญ	บ	พ	ผ	ล	ไ	ม	ั้	ต	น	ไ
ข	ั้	า	ว	โ	พ	ด	ช	ะ	เ	น	ค	ไ	ส
ท	ุ	่	ง	ห	ญ	้	า	ส	ฺ	ก	แ	ก	ะ
ร	ั้	ง	ผ	ึ	้	ง	น	ส	ณ	บ	ผ	ญ	ส

ชาวนา	นม
ชลประทาน	สวนผลไม้
รังผึ้ง	สุก
เป็ด	แกะ
ผลไม้	คนเลี้ยงแกะ
ผัก	โรงนา
บาร์เล่ย์	รถแทรกเตอร์
ลามา	ข้าวสาลี
ลูกแกะ	ทุ่งหญ้า
ข้าวโพด	กังหัน

97 - Berufe #2

น	ข	ค	ร	ล	ค	ด	ภ	ใ	ญ	ข	น	นา
อ	ศ	ฟ	ม	า	ร	ก	ว	ศ	ดิ	ว	ณ	ไ	ณ
ต	ศ	ล	ห	ณ	ดู	ช	ฉ	ฝ	ล	ค	ฉ	น	ห
บ	น	ดั	ก	บ	ดิ	น	อ	ว	ก	า	ศ	ฉ	ป
ก	ร	ด์	ต	ส	า	ศ	า	ษ	า	ภ	ก	ดั	น
ก	ต	ร	น	ดั	ก	ส	ดื	บ	ม	ม	ท	ศ	น
ค	ท	จ	ณ	ก	ส	ซ	ท	ศ	เ	ษ	ดั	ดั	ดั
เ	พ	จ	พ	า	ภ	ง	า	ด่	ช	ข	น	ล	ก
ง	อ	ม	ดื	เ	ร	า	ก	ก	ดั	น	ต	ย	ข
น	ดั	ก	บ	ดิ	น	ดั	ไ	ค	ะ	แ	แ	แ	ด่
ว	แ	ย	จ	ดั	ว	ดิ	ก	ดั	น	พ	พ	พ	า
ส	จ	ดิ	ต	ร	ก	ร	ต	ษ	ไ	ท	ท	ท	ว
น	ดั	ก	ป	ร	ดั	ช	ญ	า	ด์	ย	ย	ย	ษ
ค	เ	ข	ล	ศ	ธ	ฝ	ส	ซ	ฟ	ด์	ด์	ด์	ร

แพทย์
นักบินอวกาศ
บรรณารักษ์
ศัลยแพทย์
นักสืบ
นักวิจัย
ช่างภาพ
คนสวน
วิศวกร

นักข่าว
ครู
นักภาษาศาสตร์
จิตรกร
นักปรัชญา
นักบิน
นักการเมือง
ทันตแพทย์

98 - Erforschung

ส	ด	จ	ก	ข	ร	ซ	ะ	ะ	ข	อ	ม	พ	ซ
ซ	ั	า	ไ	จ	ซ	ไ	ะ	ษ	ย	ั	แ	ไ	ว
ป	ซ	ต	ก	ิ	จ	ก	ร	ร	ม	น	เ	แ	ั
ท	ด	ค	ว	ต	า	่	ป	ช	ง	ต	น	ะ	ฒ
ไ	น	ค	จ	์	ษ	ไ	ไ	ว	ต	ร	จ	ฝ	น
แ	ห	ญ	า	ห	า	้	ล	ก	ม	า	ว	ค	ธ
ข	ำ	ม	ค	ป	ภ	า	ก	ช	อ	ย	ส	ข	ร
ฌ	ก	จ	่	ผ	ง	ถ	ไ	ไ	ง	ว	ช	า	ร
ไ	ร	ุ	้	น	ย	ี	ร	เ	แ	อ	ก	พ	ม
แ	า	ภ	ุ	ม	ิ	ป	ร	ะ	เ	ท	ศ	า	ซ
ส	ก	ก	า	ร	ค	้	น	พ	บ	ณ	ท	แ	ศ
ค	ว	า	ม	อ	่	อ	น	เ	พ	ล	ี	ย	ช
ค	ว	า	ม	ต	ื	่	น	เ	ต	้	น	ง	ศ
ไ	ม	่	ท	ร	า	บ	เ	ด	ิ	น	ท	า	ง

กิจกรรม	เรียนรู้
ความตื่นเต้น	ความกล้าหาญ
การค้นพบ	ใหม่
การกำหนด	อวกาศ
ความอ่อนเพลีย	เดินทาง
ไกล	ภาษา
อันตราย	สัตว์
ภูมิประเทศ	ไม่ทราบ
วัฒนธรรม	ป่า

99 - Wetter

ท	ว	ฝ	ก	ห	า	ษ	ษ	ฉ	ซ	แ	ส	ห	พ
้	พ	ท	ด	ง	ม	แ	ฝ	ค	บ	ื	บ	น	า
อ	า	แ	ห	้	ง	อ	ญ	ม	ุ	ส	ร	ม	ย
ง	ย	โ	น	ุ	ถ	ส	ก	ล	ม	ย	ร	บ	ุ
ฟ	ุ	พ	้	ร	ศ	น	ง	้	ล	แ	ย	ค	เ
้	ไ	ล	ำ	ย	า	บ	อ	ฟ	ด	น	า	ล	ฮ
า	ย	า	แ	า	ก	เ	ร	้	ล	พ	ก	า	อ
เ	ผ	ร	ข	ส	า	เ	้	า	ร	ล	า	ว	ร
ป	ภ	์	็	ฝ	อ	ซ	า	ผ	ซ	ต	ศ	ด	ิ
บ	ท	ห	ง	ย	พ	ผ	้	่	ก	ไ	ข	์	เ
ะ	ข	ไ	แ	ก	า	ศ	ฟ	า	ก	ถ	เ	เ	ค
ฉ	อ	ุ	ณ	ห	ภ	ุ	ม	ิ	ษ	า	ถ	ท	น
ค	ด	บ	ฟ	บ	ส	ษ	ท	บ	ค	ข	ต	จ	ด
พ	า	ย	ุ	ท	อ	ร	์	น	า	โ	ด	ช	จ

บรรยากาศ	หมอก
ฟ้าผ่า	โพลาร์
บรีซ	สายรุ้ง
ฟ้าร้อง	พายุ
แล้ง	อุณหภูมิ
น้ำแข็ง	พายุทอร์นาโด
ท้องฟ้า	แห้ง
พายุเฮอริเคน	เขตร้อน
สภาพอากาศ	ลม
มรสุม	คลาวด์

100 - Chemie

ค	น	จ	เ	ร	ด	โ	ฮ	ไ	ธ	แ	ค	อ	ถ
า	ธ	ญ	์	พ	ฉ	ม	ภ	ด	ร	ก	ล	ต	ถ
ร	น	ท	ม	ย	ะ	เ	แ	า	จ	ื	อ	ฮ	ะ
์	จ	น	ซ	อ	ื	ล	ก	เ	ะ	ส	ร	พ	แ
บ	เ	พ	ไ	ท	ต	ก	ด	า	แ	ถ	ี	ภ	ห
อ	ิ	ถ	น	ป	ไ	ุ	่	ภ	ไ	ย	น	า	ษ
น	ซ	ภ	อ	้	ฏ	ล	า	า	ก	์	ม	ต	อ
ฝ	ก	ว	เ	ภ	ำ	ิ	ง	ป	ร	ร	ท	ั	ุ
ท	อ	ถ	ค	ม	ย	ห	ก	ช	จ	ี	ล	ว	ณ
ข	อ	ง	เ	ห	ล	ว	น	ิ	เ	ท	ไ	เ	ห
ค	ว	า	ม	ร	้	อ	น	ั	ร	น	ด	ร	ภ
ไ	อ	อ	อ	น	ค	ใ	พ	ข	ก	ิ	น	่	ู
น	ิ	ว	เ	ค	ล	ี	ย	ร	์	อ	ย	ง	ม
ก	อ	ิ	เ	ล	็	ก	ต	ร	อ	น	ท	า	ิ

ด่าง คาร์บอน
คลอรีน โมเลกุล
อิเล็กตรอน นิวเคลียร์
เอนไซม์ อินทรีย์
ของเหลว ปฏิกิริยา
แก๊ส เกลือ
น้ำหนัก ออกซิเจน
ความร้อน กรด
ไอออน อุณหภูมิ
ตัวเร่ง ไฮโดรเจน

1 - Gesundheit und Wellness #2

2 - Ozean

3 - Meditation

4 - Archäologie

5 - Insekten

6 - Gesundheit und Wellness #1

7 - Obst

8 - Camping

9 - Zeit

10 - Säugetiere

11 - Algebra

12 - Philanthropie

13 - Diplomatie

14 - Astronomie

15 - Ballett

16 - Restaurant #1

17 - Geologie

18 - Wissenschaft

19 - Mythologie

20 - Restaurant #2

21 - Ökologie

22 - Schokolade

23 - Boote

24 - Stadt

25 - Aktivitäten

26 - Bienen

27 - Wissenschaftliche

28 - Vögel

29 - Garten

30 - Antarktis

31 - Fahren

32 - Physik

33 - Bücher

34 - Menschlicher Körper

35 - Landschaften

36 - Abenteuer

37 - Flugzeuge

38 - Haartypen

39 - Essen #1

40 - Gebäude

41 - Angeln

42 - Essen #2

43 - Energie

44 - Familie

45 - Pflanzen

46 - Kunst

47 - Gewürze

48 - Kreativität

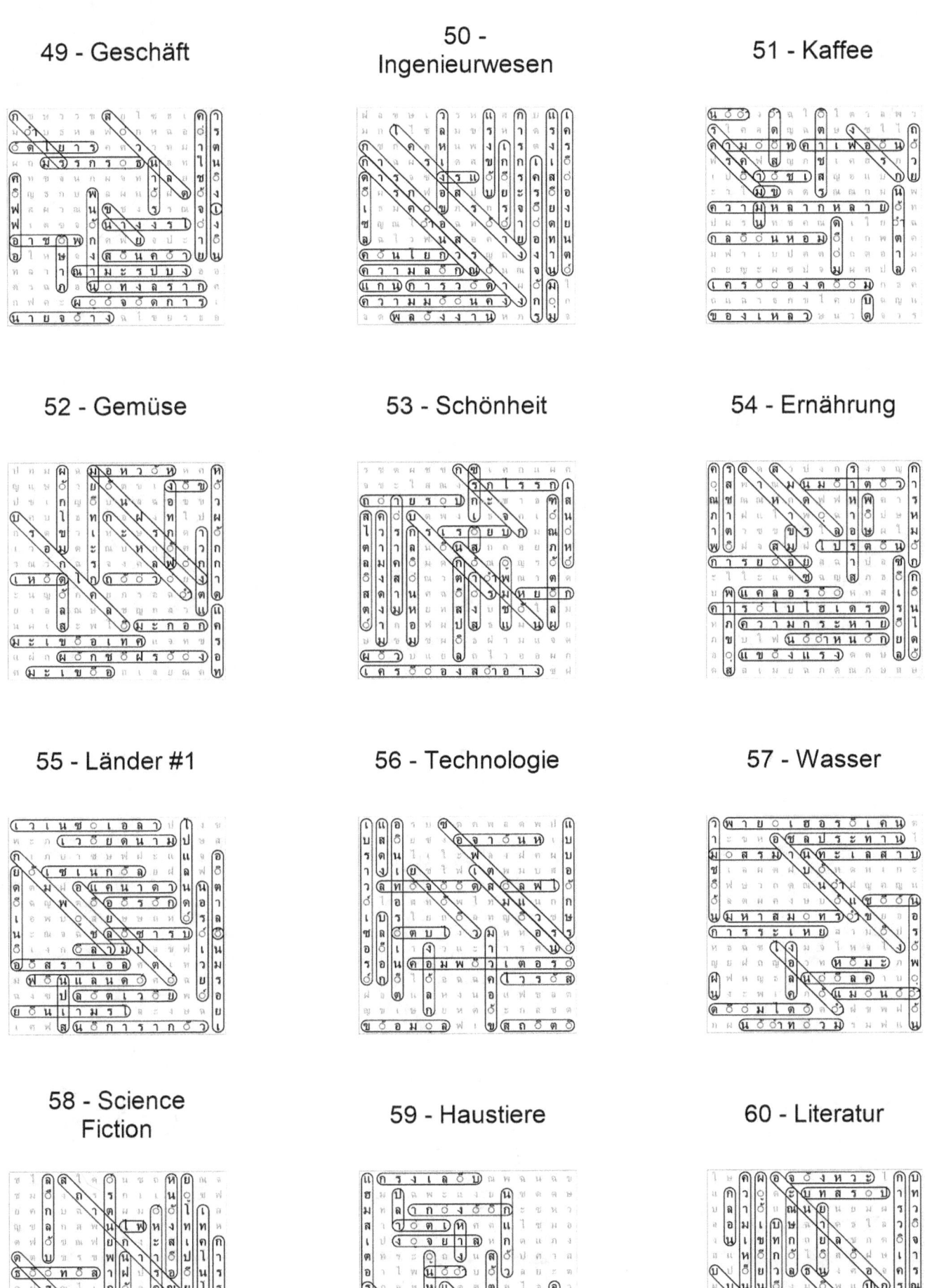

49 - Geschäft

50 - Ingenieurwesen

51 - Kaffee

52 - Gemüse

53 - Schönheit

54 - Ernährung

55 - Länder #1

56 - Technologie

57 - Wasser

58 - Science Fiction

59 - Haustiere

60 - Literatur

61 - Wandern

62 - Länder #2

63 - Fahrzeuge

64 - Musikinstrumente

65 - Blumen

66 - Natur

67 - Urlaub #2

68 - Zirkus

69 - Barbecues

70 - Fotografie

71 - Küche

72 - Schach

73 - Geographie

74 - Zahlen

75 - Tage und Monate

76 - Emotionen

77 - Das Unternehmen

78 - Kräuterkunde

79 - Musik

80 - Antiquitäten

81 - Adjektive #2

82 - Kleidung

83 - Politik

84 - Farben

85 - Haus

86 - Bauernhof #1

87 - Regierung

88 - Berufe #1

89 - Adjektive #1

90 - Geometrie

91 - Jazz

92 - Mathematik

93 - Messungen

94 - Boxen

95 - Psychologie

96 - Bauernhof #2

97 - Berufe #2

98 - Erforschung

99 - Wetter

100 - Chemie

Wörterbuch

Abenteuer
การผจญภัย

Aktivität	กิจกรรม
Ausflug	ทัศนศึกษา
Chance	โอกาส
Freude	จอย
Freunde	เพื่อน
Gefährlich	อันตราย
Natur	ธรรมชาติ
Navigation	นำร่อง
Neu	ใหม่
Reisen	การเดินทาง
Schönheit	ความงาม
Schwierigkeit	ความยาก
Sicherheit	ความปลอดภัย
Tapferkeit	ความกล้าหาญ
Ungewöhnlich	ผิดปกติ
Überraschend	น่าแปลกใจ
Vorbereitung	การตระเตรียม
Ziel	ปลายทาง

Adjektive #1
คำคุณศัพท์ #1

Absolut	แน่นอน
Aktiv	คล่องแคล่ว
Aromatisch	หอม
Attraktiv	มีเสน่ห์
Dunkel	มืด
Dünn	บาง
Ehrlich	ซื่อสัตย์
Glücklich	มีความสุข
Identisch	เหมือนกัน
Künstlerisch	ศิลปะ
Langsam	ช้า
Modern	ทันสมัย
Perfekt	สมบูรณ์
Riesig	ใหญ่
Schön	สวย
Schwer	หนัก
Tief	ลึก
Unschuldig	ผู้บริสุทธิ์
Wertvoll	มีค่า
Wichtig	สำคัญ

Adjektive #2
คำคุณศัพท์ #2

Authentisch	แท้
Berühmt	มีชื่อเสียง
Beschreibend	ธิบาย
Dramatisch	ดราม่า
Elegant	สง่า
Essbar	กินได้
Frisch	สด
Gesund	แข็งแรง
Hungrig	หิว
Interessant	น่าสนใจ
Kreativ	สร้างสรรค์
Natürlich	เป็นธรรมชาติ
Neu	ใหม่
Normal	ปกติ
Produktiv	อุดมสมบูรณ์
Salzig	เค็ม
Stolz	ภูมิใจ
Verantwortlich	รับผิดชอบ
Wild	ป่า
Würzig	เผ็ด

Aktivitäten
กิจกรรมต่างๆ

Aktivität	กิจกรรม
Angeln	ตกปลา
Entspannung	ผ่อนคลาย
Fähigkeit	ทักษะ
Fotografie	การถ่ายภาพ
Freizeit	เวลาว่าง
Gartenarbeit	การทำสวน
Gemälde	ภาพวาด
Jagd	ล่าสัตว์
Keramik	เซรามิก
Kunst	ศิลปะ
Kunsthandwerk	งานฝีมือ
Lesen	การอ่าน
Magie	มายากล
Nähen	การเย็บ
Spiele	เกม
Stricken	ถัก
Vergnügen	ยินดี

Algebra
พีชคณิต

Bruchteil	เศษส่วน
Diagramm	แผนภาพ
Exponent	ตัวแทน
Faktor	ปัจจัย
Falsch	เท็จ
Formel	สูตร
Gleichung	สมการ
Linear	เชิงเส้น
Lösen	แก้
Lösung	สารละลาย
Matrix	เมตริกซ์
Menge	ปริมาณ
Null	ศูนย์
Nummer	ตัวเลข
Problem	ปัญหา
Subtraktion	การลบ
Summe	รวม
Unendlich	อนันต์
Variable	ตัวแปร
Vereinfachen	ทำ

Angeln
ตกปลา

Ausrüstung	อุปกรณ์
Boot	เรือ
Draht	ลวด
Flossen	ครีบ
Fluss	แม่น้ำ
Geduld	ความอดทน
Gewicht	น้ำหนัก
Haken	ตะขอ
Jahreszeit	ฤดู
Kiefer	ขากรรไกร
Kiemen	เหงือก
Kochen	ทำอาหาร
Korb	ตะกร้า
Köder	เหยื่อ
Ozean	มหาสมุทร
See	ทะเลสาบ
Strand	ชายหาด
Waage	ตาชั่ง
Wasser	น้ำ

Antarktis
ทวีปแอนตาร์กติกา

Bucht	อ่าว
Eis	น้ำแข็ง
Erhaltung	การอนุรักษ์
Expedition	การเดินทาง
Felsig	ขรุขระ
Forscher	นักวิจัย
Geographie	ภูมิศาสตร์
Gletscher	กลาเซียร์
Halbinsel	คาบสมุทร
Kontinent	ทวีป
Migration	การโยกย้าย
Mineralien	แร่ธาตุ
Temperatur	อุณหภูมิ
Topographie	ภูมิประเทศ
Umwelt	สิ่งแวดล้อม
Vögel	นก
Wasser	น้ำ
Wetter	สภาพอากาศ
Wind	ลม
Wissenschaftlich	วิทยาศาสตร์

Antiquitäten
ของเก่า

Alt	แก่
Artikel	รายการ
Authentisch	แท้
Dekorativ	ตกแต่ง
Elegant	สง่า
Galerie	แกลเลอรี่
Gemälde	ภาพวาด
Investition	การลงทุน
Jahrhundert	ศตวรรษ
Kunst	ศิลปะ
Möbel	เฟอร์นิเจอร์
Münzen	เหรียญ
Preis	ราคา
Qualität	คุณภาพ
Skulptur	ประติมากรรม
Stil	รูปแบบ
Ungewöhnlich	ผิดปกติ
Versteigerung	ประมูล
Wert	ค่า
Zustand	เงื่อนไข

Archäologie
โบราณคดี

Analyse	การวิเคราะห์
Antiquität	สมัยโบราณ
Auswertung	การประเมิน
Ära	ยุค
Experte	ผู้เชี่ยวชาญ
Forscher	นักวิจัย
Fossil	ฟอสซิล
Geheimnis	ความลึกลับ
Grab	หลุมฝังศพ
Knochen	กระดูก
Mannschaft	ทีม
Nachkomme	ลูกหลาน
Objekte	วัตถุ
Professor	ศาสตราจารย์
Relikt	ของที่ระลึก
Tempel	วัด
Unbekannt	ไม่ทราบ
Uralt	โบราณ
Vergessen	ลืม
Zivilisation	อารยธรรม

Astronomie
ดาราศาสตร์

Astronaut	นักบินอวกาศ
Astronom	นักดาราศาสตร์
Erde	โลก
Finsternis	คราส
Galaxie	กาแลกซี่
Himmel	ท้องฟ้า
Komet	ดาวหาง
Konstellation	กลุ่มดาว
Meteor	ดาวตก
Mond	ดวงจันทร์
Nebel	เนบิวลา
Observatorium	หอดูดาว
Planet	ดาวเคราะห์
Rakete	จรวด
Satellit	ดาวเทียม
Sonne	ดวงอาทิตย์
Stern	ดาว
Supernova	ซูเปอร์โนวา
Tierkreis	จักรราศี
Universum	จักรวาล

Ballett
บัลเล่ต์

Anmutig	สง่างาม
Applaus	เสียงปรบมือ
Ausdrucksvoll	แสดงออก
Fähigkeit	ทักษะ
Geste	ท่าทาง
Intensität	ความเข้มข้น
Komponist	นักแต่งเพลง
Künstlerisch	ศิลปะ
Musik	ดนตรี
Muskel	กล้ามเนื้อ
Orchester	วงดนตรี
Probe	ซ้อม
Publikum	ผู้ชม
Rhythmus	จังหวะ
Solo	เดี่ยว
Stil	รูปแบบ
Tänzer	นักเต้น
Technik	เทคนิค

Barbecues
บาร์บีคิว

Abendessen	อาหารเย็น
Familie	ครอบครัว
Freunde	เพื่อน
Frucht	ผลไม้
Gabeln	ส้อม
Gemüse	ผัก
Grill	ย่าง
Heiss	ร้อน
Huhn	ไก่
Hunger	ความหิว
Messer	มีด
Mittagessen	อาหารกลางวัน
Musik	ดนตรี
Pfeffer	พริกไทย
Salate	สลัด
Salz	เกลือ
Sommer	ฤดูร้อน
Sosse	ซอส
Spiele	เกม
Zwiebeln	หัวหอม

Bauernhof #1
ฟาร์ม #1

Biene	ผึ้ง
Dünger	ปุ๋ย
Esel	ลา
Feld	สนาม
Heu	ฟาง
Honig	น้ำผึ้ง
Huhn	ไก่
Hund	หมา
Kalb	น่อง
Katze	แมว
Krähe	อีกา
Kuh	วัว
Land	ที่ดิน
Landwirtschaft	เกษตรกรรม
Pferd	ม้า
Reis	ข้าว
Schwein	หมู
Wasser	น้ำ
Zaun	รั้ว
Ziege	แพะ

Bauernhof #2
ฟาร์ม #2

Bauer	ชาวนา
Bewässerung	ชลประทาน
Bienenstock	รังผึ้ง
Ente	เป็ด
Frucht	ผลไม้
Gemüse	ผัก
Gerste	บาร์เล่ย์
Lama	ลามา
Lamm	ลูกแกะ
Mais	ข้าวโพด
Milch	นม
Obstgarten	สวนผลไม้
Reif	สุก
Schaf	แกะ
Schäfer	คนเลี้ยงแกะ
Scheune	โรงนา
Traktor	รถแทรกเตอร์
Weizen	ข้าวสาลี
Wiese	ทุ่งหญ้า
Windmühle	กังหัน

Berufe #1
วิชาชีพ #1

Arzt	หมอ
Astronom	นักดาราศาสตร์
Bankier	นายธนาคาร
Botschafter	เอกอัครราชทูต
Buchhalter	นักบัญชี
Geologe	นักธรณีวิทยา
Jäger	ฮันเตอร์
Juwelier	อัญมณี
Klempner	ช่างประปา
Krankenschwester	พยาบาล
Künstler	ศิลปิน
Mechaniker	ช่าง
Musiker	นักดนตรี
Pianist	นักเปียโน
Psychologe	นักจิตวิทยา
Rechtsanwalt	ทนายความ
Schneider	ช่างตัดเสื้อ
Tänzer	นักเต้น
Tierarzt	สัตวแพทย์
Trainer	โค้ช

Berufe #2
วิชาชีพ #2

Arzt	แพทย์
Astronaut	นักบินอวกาศ
Bibliothekar	บรรณารักษ์
Biologe	นักชีววิทยา
Chirurg	ศัลยแพทย์
Detektiv	นักสืบ
Erfinder	นักประดิษฐ์
Forscher	นักวิจัย
Fotograf	ช่างภาพ
Gärtner	คนสวน
Ingenieur	วิศวกร
Journalist	นักข่าว
Lehrer	ครู
Linguist	นักภาษาศาสตร์
Maler	จิตรกร
Philosoph	นักปรัชญา
Pilot	นักบิน
Politiker	นักการเมือง
Zahnarzt	ทันตแพทย์
Zoologe	นักสัตววิทยา

Bienen
ผึ้ง

Bienenkorb	รัง
Blumen	ดอกไม้
Blüte	ดอก
Essen	อาหาร
Flügel	ปีก
Frucht	ผลไม้
Garten	สวน
Honig	น้ำผึ้ง
Insekt	แมลง
Königin	ควีน
Lebensraum	ที่อยู่อาศัย
Ökosystem	ระบบนิเวศ
Pflanzen	พืช
Pollen	เรณู
Rauch	ควัน
Schwarm	ฝูง
Sonne	ดวงอาทิตย์
Vielfalt	ความหลากหลาย
Vorteilhaft	เป็นประโยชน์
Wachs	ขี้ผึ้ง

Blumen
ดอกไม้

Blütenblatt	กลีบ
Gardenie	พุด
Gänseblümchen	เดซี่
Hibiskus	ชบา
Jasmin	มะลิ
Klee	โคลเวอร์
Lavendel	ลาเวนเดอร์
Lila	ม่วง
Lilie	ลิลลี่
Löwenzahn	แดนดิไลออน
Magnolie	แมกโนเลีย
Mohn	ป๊อปปี้
Orchidee	กล้วยไม้
Passionsblume	เสาวรส
Pfingstrose	โบตั๋น
Rose	กุหลาบ
Sonnenblume	ดอกทานตะวัน
Strauss	ช่อดอกไม้
Tulpe	ทิวลิป

Boote
เรือ

Anker	สมอ
Boje	ทุ่น
Crew	ลูกเรือ
Dock	ท่าเรือ
Fähre	เรือข้ามฟาก
Floss	แพ
Fluss	แม่น้ำ
Kajak	คายัค
Kanu	แคนู
Mast	เสา
Meer	ทะเล
Motor	เครื่องยนต์
Ozean	มหาสมุทร
Rettungsboot	เรือชูชีพ
See	ทะเลสาบ
Seemann	กะลาสี
Segelboot	เรือใบ
Seil	เชือก
Wellen	คลื่น
Yacht	เรือยอชท์

Boxen
การต่อยมวย

Ecke	มุม
Ellbogen	ข้อศอก
Erschöpft	เหนื่อย
Faust	กำปั้น
Fähigkeit	ทักษะ
Fokus	โฟกัส
Gegner	คู่แข่ง
Glocke	ระฆัง
Handschuhe	ถุงมือ
Kämpfer	นักสู้
Kick	เตะ
Kinn	คาง
Körper	ร่างกาย
Punkte	คะแนน
Recovery	การกู้คืน
Schiedsrichter	ผู้ตัดสิน
Schnell	เร็ว
Seile	เชือก
Stärke	แรง

Bücher
หนังสือ

Abenteuer	การผจญภัย
Autor	ผู้เขียน
Dualität	ความเป็นคู่
Episch	มหากาพย์
Erfinderisch	ประดิษฐ์
Erzähler	ผู้บรรยาย
Gedicht	กลอน
Geschichte	เรื่องราว
Geschrieben	เขียน
Historisch	ประวัติศาสตร์
Humorvoll	ตลก
Kontext	บริบท
Leser	ผู้อ่าน
Literarisch	วรรณกรรม
Poesie	บทกวี
Relevant	ที่เกี่ยวข้อง
Roman	นิยาย
Seite	หน้า
Serie	ชุด
Tragisch	อนาถ

Camping
ค่ายพักแรม

Abenteuer	การผจญภัย
Bäume	ต้นไม้
Berg	ภูเขา
Feuer	ไฟ
Hängematte	เปลญวน
Hut	หมวก
Insekt	แมลง
Jagd	ล่าสัตว์
Kabine	ห้าง
Kanu	แคนู
Karte	แผนที่
Kompass	เข็มทิศ
Mond	ดวงจันทร์
Natur	ธรรมชาติ
See	ทะเลสาบ
Seil	เชือก
Spass	สนุก
Tiere	สัตว์
Wald	ป่า
Zelt	เต็นท์

Chemie
เคมีภัณฑ์

Alkalisch	ด่าง
Chlor	คลอรีน
Elektron	อิเล็กตรอน
Enzym	เอนไซม์
Flüssigkeit	ของเหลว
Gas	แก๊ส
Gewicht	น้ำหนัก
Hitze	ความร้อน
Ion	ไอออน
Katalysator	ตัวเร่ง
Kohlenstoff	คาร์บอน
Molekül	โมเลกุล
Nuklear	นิวเคลียร์
Organisch	อินทรีย์
Reaktion	ปฏิกิริยา
Salz	เกลือ
Sauerstoff	ออกซิเจน
Säure	กรด
Temperatur	อุณหภูมิ
Wasserstoff	ไฮโดรเจน

Das Unternehmen
บริษัท

Beschäftigung	การจ้างงาน
Einheiten	หน่วย
Einnahmen	รายได้
Entscheidung	การตัดสินใจ
Fortschritt	ความคืบหน้า
Geschäft	ธุรกิจ
Global	ทั่วโลก
Industrie	อุตสาหกรรม
Innovativ	นวัตกรรม
Investition	การลงทุน
Kreativ	สร้างสรรค์
Löhne	ค่าจ้าง
Möglichkeit	ความเป็นไปได้
Präsentation	การนำเสนอ
Produkt	ผลิตภัณฑ์
Professionell	มืออาชีพ
Qualität	คุณภาพ
Ressourcen	ทรัพยากร
Risiken	ความเสี่ยง
Ruf	ชื่อเสียง

Diplomatie
การทูต

Ausländisch	ต่างชาติ
Berater	ที่ปรึกษา
Botschaft	สถานทูต
Botschafter	เอกอัครราชทูต
Bürger	พลเมือง
Diplomatisch	นักการทูต
Diskussion	อย่าง
Ethik	จริยธรรม
Gemeinschaft	ชุมชน
Gerechtigkeit	ความยุติธรรม
Humanität	มนุษยธรรม
Integrität	ความซื่อสัตย์
Konflikt	ความขัดแย้ง
Lösung	สารละลาย
Politik	การเมือง
Regierung	รัฐบาล
Sicherheit	ความปลอดภัย
Sprachen	ภาษา
Vertrag	สนธิสัญญา
Zusammenarbeit	ความร่วมมือ

Emotionen
อารมณ์ความรู้สึก

Angst	กลัว
Aufgeregt	ตื่นเต้น
Dankbar	กตัญญู
Entspannt	ผ่อนคลาย
Freude	จอย
Freundlichkeit	ความเมตตา
Frieden	สันติภาพ
Inhalt	เนื้อหา
Langeweile	เบื่อ
Liebe	รัก
Relief	การบรรเทา
Ruhe	ความสงบ
Ruhig	สงบ
Traurigkeit	ความเศร้า
Überraschen	เซอร์ไพรส์
Wut	ความโกรธ
Zärtlichkeit	แผ่วๆ
Zufrieden	พอใจ

Energie
พลังงาน

Batterie	แบตเตอรี่
Benzin	น้ำมันเบนซิน
Brennstoff	เชื้อเพลิง
Diesel	ดีเซล
Elektrisch	ไฟฟ้า
Elektron	อิเล็กตรอน
Entropie	เอนโทรปี
Erneuerbar	ทดแทน
Hitze	ความร้อน
Industrie	อุตสาหกรรม
Kohlenstoff	คาร์บอน
Motor	เครื่องยนต์
Nuklear	นิวเคลียร์
Photon	โฟตอน
Sonne	ดวงอาทิตย์
Turbine	กังหัน
Umwelt	สิ่งแวดล้อม
Verschmutzung	มลพิษ
Wasserstoff	ไฮโดรเจน
Wind	ลม

Erforschung
การสำรวจ

Aktivität	กิจกรรม
Aufregung	ความตื่นเต้น
Entdeckung	การค้นพบ
Entschlossenheit	การกำหนด
Erschöpfung	ความอ่อนเพลีย
Fern	ไกล
Gefahren	อันตราย
Gelände	ภูมิประเทศ
Kulturen	วัฒนธรรม
Lernen	เรียนรู้
Mut	ความกล้าหาญ
Neu	ใหม่
Raum	อวกาศ
Reise	เดินทาง
Sprache	ภาษา
Tiere	สัตว์
Unbekannt	ไม่ทราบ
Wild	ป่า

Ernährung
โภชนาการ

Appetit	ความกระหาย
Ausgewogen	สมดุล
Bitter	ขม
Diät	อาหาร
Essbar	กินได้
Fermentation	การหมัก
Geschmack	รสชาติ
Gesund	แข็งแรง
Gesundheit	สุขภาพ
Getreide	ซีเรียล
Gewicht	น้ำหนัก
Kalorien	แคลอรี่
Kohlenhydrate	คาร์โบไฮเดรต
Nährstoff	สารอาหาร
Proteine	โปรตีน
Qualität	คุณภาพ
Sosse	ซอส
Toxin	พิษ
Verdauung	การย่อย
Vitamin	วิตามิน

Essen #1
อาหาร #1

Basilikum	โหระพา
Birne	ลูกแพร์
Erdnuss	ถั่วลิสง
Fleisch	เนื้อ
Gerste	บาร์เล่ย์
Kaffee	กาแฟ
Karotte	แครอท
Knoblauch	กระเทียม
Milch	นม
Rübe	หัวผักกาด
Saft	น้ำผลไม้
Salat	สลัด
Salz	เกลือ
Spinat	ผักโขม
Suppe	ซุป
Thunfisch	ทูน่า
Zimt	อบเชย
Zitrone	มะนาว
Zucker	น้ำตาล
Zwiebel	หัวหอม

Essen #2
อาหาร #2

Apfel	แอปเปิ้ล
Artischocke	อาติโช๊ค
Aubergine	มะเขือ
Banane	กล้วย
Brokkoli	บรอกโคลี
Brot	ขนมปัง
Ei	ไข่
Fisch	ปลา
Joghurt	โยเกิร์ต
Käse	ชีส
Kirsche	เชอร์รี่
Mandel	อัลมอนด์
Pilz	เห็ด
Reis	ข้าว
Schinken	แฮม
Schokolade	ช็อคโกแลต
Sellerie	ขึ้นฉ่าย
Spargel	หน่อไม้ฝรั่ง
Tomate	มะเขือเทศ
Weizen	ข้าวสาลี

Fahren
การขับรถ

Auto	รถ
Bremsen	เบรค
Brennstoff	เชื้อเพลิง
Bus	รถเมล์
Fussgänger	คนเดินเท้า
Garage	โรงรถ
Gas	แก๊ส
Gefahr	อันตราย
Geschwindigkeit	ความเร็ว
Karte	แผนที่
Lizenz	ใบอนุญาต
Lkw	รถบรรทุก
Motor	เครื่องยนต์
Motorrad	รถจักรยานยนต์
Polizei	ตำรวจ
Sicherheit	ความปลอดภัย
Transport	การขนส่ง
Tunnel	อุโมงค์
Unfall	อุบัติเหตุ
Verkehr	การจราจร

Fahrzeuge
ยานพาหนะ

Auto	รถ
Boot	เรือ
Bus	รถเมล์
Fahrrad	จักรยาน
Fähre	เรือข้ามฟาก
Floss	แพ
Flugzeug	เครื่องบิน
Hubschrauber	เฮลิคอปเตอร์
Krankenwagen	รถพยาบาล
Lkw	รถบรรทุก
Motor	เครื่องยนต์
Rakete	จรวด
Reifen	ยาง
Roller	สกู๊ตเตอร์
Taxi	แท็กซี่
Traktor	รถแทรกเตอร์
U-Bahn	รถไฟใต้ดิน
U-Boot	เรือดำน้ำ
Wohnwagen	คาราวาน
Zug	รถไฟ

Familie
ครอบครัว

Bruder	น้องชาย
Ehefrau	ภรรยา
Ehemann	สามี
Grossmutter	ยาย
Grossvater	ปู่
Kind	เด็ก
Kindheit	วัยเด็ก
Mutter	แม่
Mütterlich	มารดา
Neffe	หลานชาย
Nichte	หลานสาว
Onkel	ลุง
Schwester	น้องสาว
Tante	ป้า
Tochter	ลูกสาว
Vater	พ่อ
Vetter	ลูกพี่ลูกน้อง
Vorfahr	บรรพบุรุษ
Zwillinge	ฝาแฝด

Farben
สีสัน

Azurblau	สีฟ้า
Beige	เบจ
Blau	สีน้ำเงิน
Braun	สีน้ำตาล
Fuchsie	ฟูเชีย
Gelb	สีเหลือง
Grau	เทา
Grün	เขียว
Indigo	คราม
Lila	สีม่วง
Magenta	สีม่วงแดง
Orange	ส้ม
Purpur	สีแดงเข้ม
Rosa	ชมพู
Rot	แดง
Schwarz	สีดำ
Sepia	ซีเปีย
Weiss	ขาว

Flugzeuge
เครื่องบิน

Abenteuer	การผจญภัย
Abstieg	การตกทอด
Atmosphäre	บรรยากาศ
Ballon	ลูกโป่ง
Brennstoff	เชื้อเพลิง
Crew	ลูกเรือ
Design	ออกแบบ
Geschichte	ประวัติศาสตร์
Himmel	ท้องฟ้า
Höhe	ความสูง
Konstruktion	การก่อสร้าง
Luft	อากาศ
Motor	เครื่องยนต์
Navigieren	นำทาง
Passagier	ผู้โดยสาร
Pilot	นักบิน
Propeller	ใบพัด
Turbulenz	ความปั่นป่วน
Wasserstoff	ไฮโดรเจน
Wetter	สภาพอากาศ

Fotografie
การถ่ายภาพ

Ausstellung	นิทรรศการ
Beleuchtung	แสงสว่าง
Definition	นิยาม
Dunkelheit	ความมืด
Farbe	สี
Format	รูปแบบ
Gegenstand	เรื่อง
Kamera	กล้อง
Kontrast	ตัดกัน
Objekt	วัตถุ
Perspektive	มุมมอง
Porträt	แนวตั้ง
Rahmen	กรอบ
Schatten	เงา
Schwarz	สีดำ
Textur	พื้นผิว
Visuell	ภาพ
Zusammensetzung	ส่วนประกอบ

Garten
สวนหย่อม

Bank	ม้านั่ง
Baum	ต้นไม้
Blume	ดอกไม้
Boden	ดิน
Busch	บุช
Garage	โรงรถ
Garten	สวน
Gras	หญ้า
Hängematte	เปลญวน
Obstgarten	สวนผลไม้
Rasen	สนามหญ้า
Rechen	คราด
Schaufel	พลั่ว
Schlauch	ท่อ
Teich	บ่อน้ำ
Terrasse	ชานบ้าน
Trampolin	แทรมโพลีน
Unkraut	วัชพืช
Veranda	ระเบียง
Zaun	รั้ว

Gebäude
สิ่งปลูกสร้าง

Bauernhof	ฟาร์ม
Botschaft	สถานทูต
Fabrik	โรงงาน
Garage	โรงรถ
Haus	บ้าน
Herberge	ที่พัก
Hotel	โรงแรม
Kabine	ห้าง
Kino	โรงภาพยนตร์
Krankenhaus	โรงพยาบาล
Museum	พิพิธภัณฑ์
Observatorium	หอดูดาว
Scheune	โรงนา
Schloss	ปราสาท
Schule	โรงเรียน
Stadion	สนามกีฬา
Theater	โรงละคร
Turm	หอคอย
Universität	มหาวิทยาลัย
Zelt	เต็นท์

Gemüse
ผักสด

Artischocke	อาติโช๊ค
Aubergine	มะเขือ
Blumenkohl	กะหล่ำ
Brokkoli	บรอกโคลี
Erbse	ถั่ว
Gurke	แตงกวา
Ingwer	ขิง
Karotte	แครอท
Kartoffel	มันฝรั่ง
Knoblauch	กระเทียม
Kürbis	ฟักทอง
Olive	มะกอก
Petersilie	ผักชีฝรั่ง
Pilz	เห็ด
Rübe	หัวผักกาด
Salat	สลัด
Sellerie	ขึ้นฉ่าย
Spinat	ผักโขม
Tomate	มะเขือเทศ
Zwiebel	หัวหอม

Geographie
ภูมิศาสตร์

Atlas	แอตลาส
Äquator	เส้นศูนย์สูตร
Berg	ภูเขา
Breite	ละติจูด
Fluss	แม่น้ำ
Gebiet	อาณาเขต
Hemisphäre	ซีกโลก
Höhe	ระดับความสูง
Insel	เกาะ
Karte	แผนที่
Kontinent	ทวีป
Land	ประเทศ
Meer	ทะเล
Meridian	เมอริเดียน
Norden	ทิศเหนือ
Ozean	มหาสมุทร
Region	ภาค
Stadt	เมือง
Welt	โลก
West	ตะวันตก

Geologie
ธรณีวิทยา

Erdbeben	แผ่นดินไหว
Erosion	ร่อน
Fossil	ฟอสซิล
Geschmolzen	เหลว
Geysir	ไกเซอร์
Höhle	ถ้ำ
Kalzium	แคลเซียม
Kontinent	ทวีป
Koralle	ปะการัง
Lava	ลาวา
Mineralien	แร่ธาตุ
Plateau	ที่ราบสูง
Quarz	ควอทซ์
Salz	เกลือ
Säure	กรด
Stalagmiten	หินงอก
Stalaktit	หินย้อย
Stein	หิน
Vulkan	ภูเขาไฟ
Zone	โซน

Geometrie
รูปทรงเรขาคณิต

Anteil	สัดส่วน
Berechnung	การคำนวณ
Dimension	มิติ
Dreieck	สามเหลี่ยม
Gleichung	สมการ
Horizontal	แนวนอน
Höhe	ความสูง
Kreis	วงกลม
Kurve	เส้นโค้ง
Logik	ตรรกะ
Masse	มวล
Nummer	ตัวเลข
Oberfläche	พื้นผิว
Parallel	ขนาน
Radius	รัศมี
Segment	ส่วน
Symmetrie	สมมาตร
Theorie	ทฤษฎี
Vertikal	แนวตั้ง
Winkel	มุม

Geschäft
ธุรกิจ

Arbeitgeber	นายจ้าง
Budget	งบประมาณ
Büro	ออฟฟิศ
Einkommen	รายได้
Fabrik	โรงงาน
Geld	เงิน
Geschäft	ร้าน
Gewinn	กำไร
Investition	การลงทุน
Karriere	อาชีพ
Kosten	ค่าใช้จ่าย
Manager	ผู้จัดการ
Mitarbeiter	พนักงาน
Rabatt	ส่วนลด
Steuern	ภาษี
Transaktion	ธุรกรรม
Verkauf	ขาย
Ware	สินค้า
Währung	เงินตรา
Wirtschaft	เศรษฐศาสตร์

Gesundheit und Wellness #1
สุขภาพและสุขภาพ #1

Aktiv	คล่องแคล่ว
Apotheke	ร้านขายยา
Arzt	หมอ
Bakterien	แบคทีเรีย
Behandlung	การรักษา
Entspannung	ผ่อนคลาย
Fraktur	แตกหัก
Gewohnheit	นิสัย
Haut	ผิว
Höhe	ความสูง
Hunger	ความหิว
Klinik	คลินิก
Knochen	กระดูก
Medizin	ยา
Medizinisch	ทางการแพทย์
Nerven	เส้นประสาท
Reflex	สะท้อน
Therapie	การบำบัด
Verletzung	บาดเจ็บ
Virus	ไวรัส

Gesundheit und Wellness #2
สุขภาพและสุขภาพ #2

Allergie	ภูมิแพ้
Appetit	ความกระหาย
Blut	เลือด
Diät	อาหาร
Energie	พลังงาน
Ernährung	โภชนาการ
Genetik	พันธุศาสตร์
Gesund	แข็งแรง
Gewicht	น้ำหนัก
Hygiene	สุขอนามัย
Infektion	การติดเชื้อ
Kalorie	แคลอรี่
Krankenhaus	โรงพยาบาล
Krankheit	โรค
Massage	นวด
Risiken	ความเสี่ยง
Schlafen	นอน
Sport	กีฬา
Stress	ความเครียด
Vitamin	วิตามิน

Gewürze
เครื่องเทศ

Anis	โป๊ยกั๊ก
Bitter	ขม
Curry	แกง
Fenchel	เม็ดยี่หร่า
Geschmack	รสชาติ
Ingwer	ขิง
Kardamom	กระวาน
Knoblauch	กระเทียม
Lakritze	ชะเอมเทศ
Muskatnuss	นัทเม็ก
Nelke	กานพูล
Paprika	ปาปริก้า
Pfeffer	พริกไทย
Safran	หญ้าฝรั่น
Salz	เกลือ
Sauer	เปรี้ยว
Süss	หวาน
Vanille	วนิลา
Zimt	อบเชย
Zwiebel	หัวหอม

Haartypen
ประเภทผม

Blond	สีบลอนด์
Braun	สีน้ำตาล
Dick	หนา
Dünn	บาง
Farbig	สี
Geflochten	ถัก
Gesund	แข็งแรง
Glänzend	เงา
Grau	สีเทา
Kahl	หัวล้าน
Kurz	สั้น
Lang	ยาว
Lockig	หยิก
Schwarz	สีดำ
Silber	เงิน
Trocken	แห้ง
Weich	อ่อนนุ่ม
Weiss	ขาว
Wellig	หยัก
Zöpfe	ถักเปีย

Haus
บ้าน

Besen	ไม้กวาด
Bibliothek	ห้องสมุด
Dach	หลังคา
Dachboden	ห้องใต้หลังคา
Decke	เพดาน
Dusche	อาบน้ำ
Fenster	หน้าต่าง
Garage	โรงรถ
Garten	สวน
Kamin	เตาผิง
Küche	ครัว
Lampe	โคมไฟ
Möbel	เฟอร์นิเจอร์
Schlafzimmer	ห้องนอน
Schornstein	ปล่องไฟ
Spiegel	กระจก
Tür	ประตู
Wand	ผนัง
Zaun	รั้ว
Zimmer	ห้อง

Haustiere
สัตว์เลี้ยง

Eidechse	กิ้งก่า
Essen	อาหาร
Fisch	ปลา
Hamster	แฮมสเตอร์
Hase	กระต่าย
Hund	หมา
Katze	แมว
Kätzchen	ลูกแมว
Kragen	ป
Krallen	กรงเล็บ
Kuh	วัว
Leine	สายจูง
Maus	หนู
Papagei	นกแก้ว
Schildkröte	เต่า
Schwanz	หาง
Tierarzt	สัตวแพทย์
Wasser	น้ำ
Welpe	ลูกหมา
Ziege	แพะ

Ingenieurwesen
วิศวกรรม

Achse	แกน
Antrieb	แรงขับ
Berechnung	การคำนวณ
Diagramm	แผนภาพ
Diesel	ดีเซล
Energie	พลังงาน
Flüssigkeit	ของเหลว
Getriebe	เกียร์
Hebel	คันโยก
Konstruktion	การก่อสร้าง
Maschine	เครื่องจักร
Messung	การวัด
Motor	เครื่องยนต์
Reibung	แรงเสียดทาน
Stabilität	ความมั่นคง
Stärke	แรง
Struktur	โครงสร้าง
Tiefe	ความลึก
Verteilung	การกระจาย
Winkel	มุม

Insekten
แมลง

Ameise	มด
Biene	ผึ้ง
Blattlaus	เพลี้ย
Floh	เห็บ
Gottesanbeterin	กงแตนแตน
Heuschrecke	ตั๊กแตน
Hornisse	แตน
Kakerlake	แมลงสาบ
Käfer	ด้วง
Larve	ตัวอ่อน
Libelle	แมลงปอ
Marienkäfer	เต่าทอง
Motte	มอด
Mücke	ยุง
Schmetterling	ผีเสื้อ
Termite	ปลวก
Wespe	ต่อ
Wurm	หนอน
Zikade	จักจั่น

Jazz
แจ๊ส

Album	อัลบั้ม
Alt	แก่
Applaus	เสียงปรบมือ
Berühmt	มีชื่อเสียง
Favoriten	รายการโปรด
Genre	ประเภท
Improvisation	ปฏิภาณโวหาร
Komponist	นักแต่งเพลง
Konzert	คอนเสิร์ต
Künstler	ศิลปิน
Lied	เพลง
Musik	ดนตรี
Musiker	นักดนตรี
Neu	ใหม่
Orchester	วงดนตรี
Rhythmus	จังหวะ
Solo	เดี่ยว
Stil	รูปแบบ
Talent	พรสวรรค์
Technik	เทคนิค

Kaffee
กาแฟ

Aroma	กลิ่นหอม
Bitter	ขม
Creme	ครีม
Filter	กรอง
Flüssigkeit	ของเหลว
Geschmack	รสชาติ
Getränk	เครื่องดื่ม
Koffein	คาเฟอีน
Mahlen	บด
Milch	นม
Morgen	เช้า
Preis	ราคา
Schwarz	สีดำ
Tasse	ถ้วย
Trinken	ดื่ม
Ursprung	ที่มา
Vielfalt	ความหลากหลาย
Wasser	น้ำ
Zucker	น้ำตาล

Kleidung
เสื้อผ้า

Armband	สร้อยข้อมือ
Gürtel	เข็มขัด
Halskette	สร้อยคอ
Handschuhe	ถุงมือ
Hemd	เสื้อ
Hose	กางเกง
Hut	หมวก
Jacke	แจ็คเก็ต
Jeans	ยีนส์
Kleid	ชุด
Mantel	เสื้อโค้ท
Mode	แฟชั่น
Pullover	เสื้อคลุม
Rock	กระโปรง
Sandalen	รองเท้าแตะ
Schal	ผ้าพันคอ
Schlafanzug	ชุดนอน
Schuh	รองเท้า
Schürze	ผ้ากันเปื้อน
Socken	ถุงเท้า

Kräuterkunde
ยาสมุนไพร

Aromatisch	หอม
Basilikum	โหระพา
Blume	ดอกไม้
Dill	ผักชีลาว
Estragon	ทาร์รากอน
Fenchel	เม็ดยี่หร่า
Garten	สวน
Geschmack	รสชาติ
Grün	เขียว
Knoblauch	กระเทียม
Kulinarisch	การทำอาหาร
Lavendel	ลาเวนเดอร์
Majoran	มาร์โจแรม
Petersilie	ผักชีฝรั่ง
Qualität	คุณภาพ
Rosmarin	โรสแมรี่
Safran	หญ้าฝรั่น
Thymian	ไธม์
Vorteilhaft	เป็นประโยชน์
Zutat	ส่วนผสม

Kreativität
ความคิดสร้างสรรค์

Ausdruck	การแสดงออก
Authentizität	แท้
Bild	ภาพ
Dramatisch	ดราม่า
Eindruck	ความประทับใจ
Erfinderisch	ประดิษฐ์
Fähigkeit	ทักษะ
Flüssigkeit	ไหล
Gefühle	ความรู้สึก
Ideen	ไอเดีย
Inspiration	แรงบันดาลใจ
Intensität	ความเข้มข้น
Intuition	ปรีชา
Klarheit	ความชัดเจน
Künstlerisch	ศิลปะ
Phantasie	จินตนาการ
Spontan	โดยธรรมชาติ
Visionen	นิมิต
Vitalität	พลัง

Kunst
ศิลปะ

Ausdruck	การแสดงออก
Ehrlich	ซื่อสัตย์
Einfach	ง่าย
Gegenstand	เรื่อง
Gemälde	ภาพวาด
Keramik	เซรามิค
Komplex	ซับซ้อน
Original	ต้นฉบับ
Persönlich	ส่วนตัว
Poesie	บทกวี
Porträtieren	วาดภาพ
Schaffen	สร้าง
Skulptur	ประติมากรรม
Stimmung	อารมณ์
Surrealismus	สถิติยศาสตร์
Symbol	สัญลักษณ์
Visuell	ภาพ
Zusammensetzung	ส่วนประกอบ

Küche
ห้องครัว

Essen	อาหาร
Essstäbchen	ตะเกียบ
Gabeln	ส้อม
Gewürze	เครื่องเทศ
Grill	ย่าง
Kelle	ทัพพี
Krug	เหยือก
Kühlschrank	ตู้เย็น
Löffel	ช้อน
Messer	มีด
Ofen	เตาอบ
Rezept	สูตรอาหาร
Schürze	ผ้ากันเปื้อน
Schüssel	ชาม
Schwamm	ฟองน้ำ
Serviette	ผ้าเช็ดปาก
Tassen	ถ้วย
Wasserkocher	กาต้มน้ำ

Landschaften
ทิวทัศน์

Berg	ภูเขา
Eisberg	ภูเขาน้ำแข็ง
Fluss	แม่น้ำ
Geysir	ไกเซอร์
Gletscher	ธารน้ำแข็ง
Golf	อ่าว
Halbinsel	คาบสมุทร
Höhle	ถ้ำ
Hügel	เนินเขา
Insel	เกาะ
Meer	ทะเล
Oase	โอเอซิส
See	ทะเลสาบ
Strand	ชายหาด
Sumpf	บึง
Tal	หุบเขา
Tundra	ทุนดรา
Vulkan	ภูเขาไฟ
Wasserfall	น้ำตก
Wüste	ทะเลทราย

Länder #1
ประเทศ #1

Ägypten	อียิปต์
Brasilien	บราซิล
Deutschland	เยอรมนี
Finnland	ฟินแลนด์
Indien	อินเดีย
Irak	อิรัก
Israel	อิสราเอล
Italien	อิตาลี
Kambodscha	กัมพูชา
Kanada	แคนาดา
Lettland	ลัตเวีย
Mali	มาลี
Nicaragua	นิการากัว
Norwegen	นอร์เวย์
Polen	โปแลนด์
Rumänien	โรมาเนีย
Senegal	เซเนกัล
Spanien	สเปน
Venezuela	เวเนซุเอลา
Vietnam	เวียดนาม

Länder #2
ประเทศ #2

Albanien	แอลเบเนีย
Äthiopien	เอธิโอเปีย
Frankreich	ฝรั่งเศส
Griechenland	กรีซ
Haiti	เฮติ
Irland	ไอร์แลนด์
Jamaika	จาไมก้า
Japan	ญี่ปุ่น
Kenia	เคนยา
Laos	ลาว
Liberia	ไลบีเรีย
Mexiko	เม็กซิโก
Nepal	เนปาล
Nigeria	ไนจีเรีย
Pakistan	ปากีสถาน
Russland	รัสเซีย
Sudan	ซูดาน
Syrien	ซีเรีย
Uganda	ยูกันดา
Ukraine	ยูเครน

Literatur
วรรณกรรม

Analogie	อะนาล็อก
Analyse	การวิเคราะห์
Autor	ผู้เขียน
Beschreibung	ลักษณะ
Biographie	ชีวประวัติ
Dialog	บทพูด
Erzähler	ผู้บรรยาย
Gedicht	กลอน
Genre	ประเภท
Kritik	บทวิจารณ์
Meinung	ความเห็น
Metapher	คำอุปมา
Poetisch	บทกวี
Reim	สัมผัส
Rhythmus	จังหวะ
Roman	นิยาย
Schlussfolgerung	บทสรุป
Stil	รูปแบบ
Thema	ธีม
Tragödie	โศกนาฏกรรม

Mathematik
คณิตศาสตร์

Arithmetik	เลขคณิต
Bruchteil	เศษส่วน
Dezimal	ทศนิยม
Division	แผนก
Dreieck	สามเหลี่ยม
Exponent	ตัวแทน
Geometrie	เรขาคณิต
Gleichung	สมการ
Grad	องศา
Parallel	ขนาน
Radius	รัศมี
Senkrecht	ตั้งฉาก
Summe	รวม
Symmetrie	สมมาตร
Umfang	เส้นรอบวง
Volumen	ระดับเสียง
Winkel	มุม
Zahlen	หมายเลข

Meditation
การทำสมาธิ

Annahme	การยอมรับ
Atmung	การหายใจ
Aufmerksamkeit	ความสนใจ
Bewegung	การเคลื่อนไหว
Dankbarkeit	ความกตัญญู
Freundlichkeit	ความเมตตา
Frieden	สันติภาพ
Gedanken	ความคิด
Geistig	จิต
Glück	ความสุข
Klarheit	ความชัดเจน
Lehre	คำสอน
Lernen	เรียนรู้
Musik	ดนตรี
Natur	ธรรมชาติ
Perspektive	มุมมอง
Ruhig	สงบ
Stille	ความเงียบ
Verstand	ใจ
Wach	ตื่น

Menschlicher Körper
ร่างกายมนุษย์

Bein	ขา
Blut	เลือด
Ellbogen	ข้อศอก
Finger	นิ้ว
Gehirn	สมอง
Gesicht	หน้า
Hals	คอ
Hand	มือ
Haut	ผิว
Herz	หัวใจ
Kiefer	ขากรรไกร
Kinn	คาง
Knie	เข่า
Knöchel	ข้อเท้า
Kopf	หัว
Mund	ปาก
Nase	จมูก
Ohr	หู
Schulter	ไหล่
Zunge	ลิ้น

Messungen
การวัด

Breite	ความกว้าง
Byte	ไบต์
Dezimal	ทศนิยม
Gewicht	น้ำหนัก
Grad	องศา
Gramm	กรัม
Höhe	ความสูง
Kilogramm	กิโลกรัม
Kilometer	กิโลเมตร
Länge	ความยาว
Liter	ลิตร
Masse	มวล
Meter	เมตร
Minute	นาที
Tiefe	ความลึก
Tonne	ตัน
Unze	ออนซ์
Volumen	ระดับเสียง
Zentimeter	เซนติเมตร
Zoll	นิ้ว

Musik
ดนตรี

Album	อัลบั้ม
Aufnahme	การบันทึก
Ballade	บัลลาด
Eklektisch	ผสมผสาน
Harmonie	ความสามัคคี
Improvisieren	โอ๊ะโอ่
Instrument	ตราสาร
Klassisch	คลาสสิก
Lyrisch	ลีริคัล
Melodie	ทำนอง
Mikrofon	ไมโครโฟน
Musical	ดนตรี
Musiker	นักดนตรี
Oper	โอเปร่า
Poetisch	บทกวี
Rhythmisch	เป็นจังหวะ
Rhythmus	จังหวะ
Sänger	นักร้อง
Singen	ร้องเพลง

Musikinstrumente
เครื่องดนตรี

Banjo	แบนโจ
Cello	เซลโล
Fagott	ปี่บาสซูน
Flöte	ขลุ่ย
Geige	ไวโอลิน
Gitarre	กีตาร์
Glockenspiel	ตีระฆัง
Gong	ฆ้อง
Harfe	ฮาร์ป
Klarinette	คลาริเน็ต
Klavier	เปียโน
Mandoline	แมนโดลิน
Marimba	มาริมบา
Mundharmonika	ฮาร์โมนิก้า
Oboe	โอโบ
Posaune	ทรอมโบน
Saxophon	แซกโซโฟน
Tamburin	แทมบูรีน
Trommel	กลอง
Trompete	แตร

Mythologie
ตำนานเทพนิยาย

Archetyp	ต้นแบบ
Blitz	ฟ้าผ่า
Donner	ฟ้าร้อง
Eifersucht	ความหึงหวง
Held	ฮีโร่
Himmel	สวรรค์
Katastrophe	ภัยพิบัติ
Kreation	การสร้าง
Kreatur	สิ่งมีชีวิต
Krieger	นักรบ
Kultur	วัฒนธรรม
Labyrinth	เขาวงกต
Legende	ตำนาน
Magisch	วิเศษ
Monster	สัตว์ประหลาด
Rache	แก้แค้น
Stärke	แรง
Sterblich	ยแร
Unsterblichkeit	อมตภาพ
Verhalten	พฤติกรรม

Natur
ธรรมชาติ

Arktis	อาร์กติก
Berge	ภูเขา
Bienen	ผึ้ง
Dynamisch	พลวัต
Erosion	ร่อน
Fluss	แม่น้ำ
Friedlich	สงบ
Gletscher	ธารน้ำแข็ง
Heiter	นิ่ง
Laub	ใบไม้
Lebenswichtig	สำคัญมาก
Nebel	หมอก
Schönheit	ความงาม
Schutz	ที่หลบภัย
Tiere	สัตว์
Tropisch	เขตร้อน
Wald	ป่า
Wolken	เมฆ
Wüste	ทะเลทราย

Obst
ผลไม้

Ananas	สับปะรด
Apfel	แอปเปิ้ล
Aprikose	แอปริคอท
Avocado	อาโวคาโด
Banane	กล้วย
Beere	เบอร์รี่
Birne	ลูกแพร์
Brombeere	แบล็กเบอร์รี่
Himbeere	ราสเบอร์รี่
Kirsche	เชอร์รี่
Kiwi	กีวี่
Kokosnuss	มะพร้าว
Melone	เมลอน
Nektarine	เนคทารีน
Orange	ส้ม
Papaya	มะละกอ
Pfirsich	พีช
Pflaume	พลัม
Traube	องุ่น
Zitrone	มะนาว

Ozean
มหาสมุทร

Aal	ปลาไหล
Auster	หอยนางรม
Boot	เรือ
Delfin	ปลาโลมา
Fisch	ปลา
Garnele	กุ้ง
Gezeiten	น้ำขึ้นน้ำลง
Hai	ฉลาม
Koralle	ปะการัง
Krabbe	ปู
Krake	ปลาหมึกยักษ์
Qualle	แมงกะพรุน
Riff	รีฟ
Salz	เกลือ
Schildkröte	เต่า
Schwamm	ฟองน้ำ
Sturm	พายุ
Thunfisch	ทูน่า
Wal	วาฬ
Wellen	คลื่น

Ökologie
นิเวศวิทยา

Art	สายพันธุ์
Berge	ภูเขา
Dürre	แล้ง
Fauna	สัตว์ป่า
Flora	ฟลอรา
Freiwillige	อาสาสมัคร
Gemeinschaft	ชุมชน
Global	ทั่วโลก
Klima	ภูมิอากาศ
Lebensraum	ที่อยู่อาศัย
Marine	ทะเล
Nachhaltig	ยั่งยืน
Natur	ธรรมชาติ
Natürlich	เป็นธรรมชาติ
Ressourcen	ทรัพยากร
Sumpf	บึง
Überleben	การอยู่รอด
Vegetation	พืช
Vielfalt	ความหลากหลาย

Pflanzen
พืช

Bambus	ไม้ไผ่
Baum	ต้นไม้
Beere	เบอร์รี่
Blume	ดอกไม้
Blütenblatt	กลีบ
Bohne	ถั่ว
Botanik	พฤกษศาสตร์
Busch	บุช
Dünger	ปุ๋ย
Efeu	ไอวี่
Flora	ฟลอรา
Garten	สวน
Gras	หญ้า
Kaktus	กระบองเพชร
Kraut	สมุนไพร
Laub	ใบไม้
Moos	มอสส์
Vegetation	พืช
Wald	ป่า
Wurzel	ราก

Philanthropie
การกุศล

Brauchen	ต้องการ
Ehrlichkeit	ความซื่อสัตย์
Finanzieren	การเงิน
Gemeinschaft	ชุมชน
Geschichte	ประวัติศาสตร์
Global	ทั่วโลก
Grosszügigkeit	ความเอื้ออาทร
Gruppen	กลุ่ม
Jugend	เยาวชน
Kontakte	ติดต่อ
Menschen	ผู้คน
Menschheit	มนุษยชาติ
Mission	ภารกิจ
Mittel	กองทุน
Nächstenliebe	การกุศล
Öffentlich	สาธารณะ
Programme	โปรแกรม
Spenden	บริจาค
Ziele	เป้าหมาย

Physik
ฟิสิกส์

Atom	อะตอม
Chaos	ความวุ่นวาย
Chemisch	เคมี
Dichte	ความหนาแน่น
Elektron	อิเล็กตรอน
Experiment	การทดลอง
Formel	สูตร
Frequenz	ความถี่
Gas	แก๊ส
Geschwindigkeit	ความเร็ว
Magnetismus	แม่เหล็ก
Masse	มวล
Mechanik	กลศาสตร์
Molekül	โมเลกุล
Motor	เครื่องยนต์
Nuklear	นิวเคลียร์
Partikel	อนุภาค
Relativität	สัมพัทธภาพ
Universal	สากล
Variable	ตัวแปร

Politik
การเมือง

Aktivist	นักกิจกรรม
Ethik	จริยธรรม
Freiheit	เสรีภาพ
Gleichheit	ความเสมอภาค
Kampagne	รณรงค์
Kandidat	ผู้สมัคร
Komitee	คณะกรรมการ
Meinung	ความเห็น
National	ระดับชาติ
Politik	นโยบาย
Politiker	นักการเมือง
Popularität	ความนิยม
Rat	สภา
Regierung	รัฐบาล
Sieg	ชัยชนะ
Steuern	ภาษี
Strategie	กลยุทธ์
Wahl	ทางเลือก

Psychologie
จิตวิทยา

Bewertung	การประเมิน
Bewusstlos	หมดสติ
Ego	อัตตา
Einflüsse	อิทธิพล
Erinnerungen	ความทรงจำ
Gedanken	ความคิด
Ideen	ไอเดีย
Kindheit	วัยเด็ก
Klinisch	คลินิก
Konflikt	ความขัดแย้ง
Persönlichkeit	บุคลิกภาพ
Problem	ปัญหา
Termin	การนัดหมาย
Therapie	การบำบัด
Träume	ความฝัน
Unterbewusstsein	จิตใต้สำนึก
Verhalten	พฤติกรรม
Wahrnehmung	การรับรู้
Wirklichkeit	ความเป็นจริง

Regierung
รัฐบาล

Bezirk	เขต
Demokratie	ประชาธิปไตย
Denkmal	อนุสาวรีย์
Diskussion	อย่าง
Freiheit	เสรีภาพ
Friedlich	สงบ
Führer	หัวหน้า
Gerechtigkeit	ความยุติธรรม
Gesetz	กฎหมาย
Gleichheit	ความเสมอภาค
Nation	ประเทศ
National	ระดับชาติ
Politik	การเมือง
Rechte	สิทธิ
Rede	คำพูด
Staat	รัฐ
Symbol	สัญลักษณ์
Unabhängigkeit	อิสระ
Verfassung	รัฐธรรมนูญ
Zivil	พลเรือน

Restaurant #1
ร้านอาหาร #1

Allergie	ภูมิแพ้
Brot	ขนมปัง
Dessert	ขนม
Essen	อาหาร
Fleisch	เนื้อ
Huhn	ไก่
Kaffee	กาแฟ
Kassierer	แคชเชียร์
Kellnerin	พนักงานเสิร์ฟ
Küche	ครัว
Menü	เมนู
Messer	มีด
Reservierung	การจอง
Schüssel	ชาม
Serviette	ผ้าเช็ดปาก
Sosse	ซอส
Teller	จาน
Würzig	เผ็ด

Restaurant #2
ร้านอาหาร #2

Abendessen	อาหารเย็น
Eier	ไข่
Eis	น้ำแข็ง
Fisch	ปลา
Frucht	ผลไม้
Gabel	ส้อม
Gemüse	ผัก
Getränk	เครื่องดื่ม
Gewürze	เครื่องเทศ
Kellner	บริกร
Köstlich	อร่อย
Kuchen	เค้ก
Löffel	ช้อน
Mittagessen	อาหารกลางวัน
Nudeln	ก๋วยเตี๋ยว
Salat	สลัด
Salz	เกลือ
Stuhl	เก้าอี้
Suppe	ซุป
Wasser	น้ำ

Säugetiere
สัตว์เลี้ยงลูกด้วยนม

Affe	ลิง
Bär	หมี
Biber	บีเวอร์
Elefant	ช้าง
Fuchs	ฟ็อกซ์
Giraffe	ยีราฟ
Gorilla	กอริลลา
Hund	หมา
Känguru	จิงโจ้
Kojote	โคโยตี้
Löwe	สิงโต
Panther	เสือดำ
Pferd	ม้า
Ratte	หนู
Schaf	แกะ
Stier	โค
Tiger	เสือ
Wal	วาฬ
Wolf	หมาป่า
Zebra	ม้าลาย

Schach
หมากรุก

Champion	แชมป์
Diagonal	เส้นทแยงมุม
Gegner	คู่แข่ง
Klug	ฉลาด
König	กษัตริย์
Königin	ควีน
Lernen	เรียนรู้
Opfer	อุทิศ
Passiv	รุ
Punkte	คะแนน
Regeln	กฎ
Schwarz	สีดำ
Spiel	เกม
Spieler	ผู้เล่น
Strategie	กลยุทธ์
Turnier	การแข่งขัน
Weiss	ขาว
Zeit	เวลา

Schokolade
ช็อกโกแลต

Aroma	กลิ่นหอม
Bitter	ขม
Erdnüsse	ถั่ว
Essen	กิน
Exotisch	แปลกใหม่
Favorit	ที่ชื่นชอบ
Geschmack	รส
Handwerklich	ช่างฝีมือ
Kakao	โกโก้
Kalorien	แคลอรี่
Karamell	คาราเมล
Kokosnuss	มะพร้าว
Köstlich	อร่อย
Pulver	ผง
Qualität	คุณภาพ
Rezept	สูตรอาหาร
Süss	หวาน
Zucker	น้ำตาล
Zutat	ส่วนผสม

Schönheit
ความงาม

Anmut	เกรซ
Charme	เสน่ห์
Dienstleistungen	บริการ
Duft	กลิ่นหอม
Elegant	สง่า
Eleganz	ความงดงาม
Farbe	สี
Fotogen	ถ่ายรูป
Glatt	เรียบ
Haut	ผิว
Kosmetik	เครื่องสำอาง
Lippenstift	ลิปสติก
Locken	หยิก
Öle	น้ำมัน
Produkte	ผลิตภัณฑ์
Schere	กรรไกร
Shampoo	แชมพู
Spiegel	กระจก
Stylist	สไตลิสต์
Wimperntusche	มาสคาร่า

Science Fiction
นิยายวิทยาศาสตร์

Bücher	หนังสือ
Chemikalien	สารเคมี
Dystopie	ดิสโทเปีย
Explosion	การระเบิด
Extrem	สุดขีด
Fantastisch	มหัศจรรย์
Feuer	ไฟ
Futuristisch	อนาคต
Galaxie	กาแลกซี่
Geheimnisvoll	ลึกลับ
Illusion	ภาพลวงตา
Imaginär	เพ้อฝัน
Kino	โรงภาพยนตร์
Orakel	สิทธิ์
Planet	ดาวเคราะห์
Roboter	หุ่นยนต์
Szenario	สถานการณ์
Technologie	เทคโนโลยี
Utopie	ยูโทเปีย
Welt	โลก

Stadt
เมือง

Apotheke	ร้านขายยา
Bank	ธนาคาร
Bäckerei	เบเกอรี่
Bibliothek	ห้องสมุด
Blumenhändler	ดอกไม้ดี
Buchhandlung	ร้านหนังสือ
Flughafen	สนามบิน
Galerie	แกลเลอรี่
Geschäft	ร้าน
Hotel	โรงแรม
Kino	โรงภาพยนตร์
Klinik	คลินิก
Markt	ตลาด
Museum	พิพิธภัณฑ์
Restaurant	ร้านอาหาร
Schule	โรงเรียน
Stadion	สนามกีฬา
Theater	โรงละคร
Universität	มหาวิทยาลัย
Zoo	สวนสัตว์

Tage und Monate
วันและเดือน

August	สิงหาคม
Dezember	ธันวาคม
Dienstag	วันอังคาร
Donnerstag	วันพฤหัสบดี
Februar	กุมภาพันธ์
Freitag	วันศุกร์
Jahr	ปี
Januar	มกราคม
Juli	กรกฎาคม
Juni	มิถุนายน
Kalender	ปฏิทิน
Mittwoch	วันพุธ
Monat	เดือน
Montag	วันจันทร์
November	พฤศจิกายน
Oktober	ตุลาคม
Samstag	วันเสาร์
September	กันยายน
Sonntag	วันอาทิตย์
Woche	สัปดาห์

Technologie
เทคโนโลยี

Anzeige	แสดง
Bildschirm	หน้าจอ
Blog	บล็อก
Browser	เบราว์เซอร์
Bytes	ไบต์
Computer	คอมพิวเตอร์
Cursor	เคอร์เซอร์
Datei	ไฟล์
Daten	ข้อมูล
Digital	ดิจิทัล
Forschung	วิจัย
Internet	อินเทอร์เน็ต
Kamera	กล้อง
Nachricht	ข้อความ
Schriftart	แบบอักษร
Sicherheit	ความปลอดภัย
Software	ซอฟต์แวร์
Statistik	สถิติ
Virtuell	เสมือน
Virus	ไวรัส

Urlaub #2
วันหยุด #2

Ausländer	ชาวต่างชาติ
Ausländisch	ต่างชาติ
Berge	ภูเขา
Flughafen	สนามบิน
Fotos	ภาพถ่าย
Freizeit	เวลาว่าง
Hotel	โรงแรม
Insel	เกาะ
Karte	แผนที่
Meer	ทะเล
Reise	การเดินทาง
Restaurant	ร้านอาหาร
Strand	ชายหาด
Taxi	แท็กซี่
Transport	การขนส่ง
Urlaub	วันหยุด
Visum	วีซ่า
Zelt	เต็นท์
Ziel	ปลายทาง
Zug	รถไฟ

Vögel
นก

Adler	อินทรี
Ei	ไข่
Ente	เป็ด
Eule	นกฮูก
Flamingo	ฟลามิงโก
Gans	ห่าน
Huhn	ไก่
Krähe	อีกา
Kuckuck	นกกาเหว่า
Möwe	นางนวล
Papagei	นกแก้ว
Pelikan	นกกระทุง
Pfau	นกยูง
Pinguin	เพนกวิน
Rabe	ราเวน
Reiher	กระสา
Schwan	หงส์
Spatz	กระจอก
Storch	นกกระสา
Taube	นกพิราบ

Wandern
เดินป่า

Berg	ภูเขา
Führer	คำแนะนำ
Gefahren	อันตราย
Karte	แผนที่
Klima	ภูมิอากาศ
Klippe	หน้าผา
Müde	เหนื่อย
Natur	ธรรมชาติ
Orientierung	ปฐมนิเทศ
Schwer	หนัก
Sonne	ดวงอาทิตย์
Steine	หิน
Stiefel	รองเท้าบูท
Tiere	สัตว์
Vorbereitung	การตระเตรียม
Wasser	น้ำ
Wetter	สภาพอากาศ
Wild	ป่า

Wasser
น้ำ

Bewässerung	ชลประทาน
Dampf	ไอน้ำ
Dusche	อาบน้ำ
Eis	น้ำแข็ง
Feucht	ชื้น
Feuchtigkeit	วามชื้น
Fluss	แม่น้ำ
Flut	น้ำท่วม
Geysir	น้ำพุร้อน
Hurrikan	พายุเฮอริเคน
Kanal	คลอง
Monsun	มรสุม
Ozean	มหาสมุทร
Regen	ฝน
Schnee	หิมะ
See	ทะเลสาบ
Trinkbar	ดื่มได้
Verdunstung	การระเหย
Wellen	คลื่น

Wetter
สภาพอากาศ

Atmosphäre	บรรยากาศ
Blitz	ฟ้าผ่า
Brise	บรีซ
Donner	ฟ้าร้อง
Dürre	แล้ง
Eis	น้ำแข็ง
Himmel	ท้องฟ้า
Hurrikan	พายุเฮอริเคน
Klima	สภาพอากาศ
Monsun	มรสุม
Nebel	หมอก
Polar	โพลาร์
Regenbogen	สายรุ้ง
Sturm	พายุ
Temperatur	อุณหภูมิ
Tornado	พายุทอร์นาโด
Trocken	แห้ง
Tropisch	เขตร้อน
Wind	ลม
Wolke	คลาวด์

Wissenschaft
วิทยาศาสตร์

Atom	อะตอม
Chemisch	เคมี
Daten	ข้อมูล
Evolution	วิวัฒนาการ
Experiment	การทดลอง
Fossil	ฟอสซิล
Hypothese	สมมติฐาน
Klima	ภูมิอากาศ
Methode	วิธี
Mineralien	แร่ธาตุ
Moleküle	โมเลกุล
Natur	ธรรมชาติ
Organismus	สิ่งมีชีวิต
Partikel	อนุภาค
Pflanzen	พืช
Physik	ฟิสิกส์
Schwerkraft	แรงโน้มถ่วง
Tatsache	ข้อเท็จจริง

Wissenschaftliche Disziplinen
สาขาวิชาวิทยาศาสตร์

Archäologie	โบราณคดี
Astronomie	ดาราศาสตร์
Biochemie	ชีวเคมี
Biologie	ชีววิทยา
Botanik	พฤกษศาสตร์
Chemie	เคมี
Geologie	ธรณีวิทยา
Kinesiologie	คิทนีวิทยา
Linguistik	ภาษาศาสตร์
Mechanik	กลศาสตร์
Meteorologie	อุตุนิยมวิทยา
Mineralogie	แร่วิทยา
Neurologie	ประสาทวิทยา
Ökologie	นิเวศวิทยา
Physik	ฟิสิกส์
Physiologie	สรีรวิทยา
Psychologie	จิตวิทยา
Soziologie	สังคมวิทยา
Thermodynamik	อุณหพลศาสตร์
Zoologie	สัตววิทยา

Zahlen
ตัวเลข

Acht	แปด
Achtzehn	สิบแปด
Dezimal	ทศนิยม
Drei	สาม
Dreizehn	สิบสาม
Fünf	ห้า
Fünfzehn	สิบห้า
Neun	เก้า
Neunzehn	สิบเก้า
Null	ศูนย์
Sechs	หก
Sechzehn	สิบหก
Sieben	เจ็ด
Siebzehn	สิบเจ็ด
Vier	สี่
Vierzehn	สิบสี่
Zehn	สิบ
Zwanzig	ยี่สิบ
Zwei	สอง
Zwölf	สิบสอง

Zeit
เวลา

Gestern	เมื่อวาน
Heute	วันนี้
Jahr	ปี
Jahrhundert	ศตวรรษ
Jahrzehnt	ทศวรรษ
Jährlich	ประจำปี
Jetzt	ตอนนี้
Kalender	ปฏิทิน
Minute	นาที
Mittag	เที่ยง
Monat	เดือน
Morgen	เช้า
Nach	หลังจาก
Nacht	กลางคืน
Stunde	ชั่วโมง
Tag	วัน
Uhr	นาฬิกา
Vor	ก่อน
Woche	สัปดาห์
Zukunft	อนาคต

Zirkus
ละครสัตว์

Affe	ลิง
Akrobat	กายกรรม
Ballons	ลูกโป่ง
Clown	ตัวตลก
Elefant	ช้าง
Fahrkarte	ตั๋ว
Jongleur	จักเกอร์
Kostüm	ชุดแต่งกาย
Löwe	สิงโต
Magie	มายากล
Musik	ดนตรี
Parade	ขบวนแห่
Spektakulär	งดงาม
Tiere	สัตว์
Tiger	เสือ
Trick	เคล็ดลับ
Zauberer	นักมายากล
Zeigen	แสดง
Zelt	เต็นท์

Gratuliere

Sie haben es geschafft !!

Wir hoffen, dass euch dieses Buch genauso viel Spaß gemacht hat wie uns dessen Herstellung. Wir tun unser Bestes, um qualitativ hochwertige Spiele zu erfinden. Diese Rätsel sind auf eine clevere Art und Weise entworfen, damit sie aktiv lernen und daran Vergnügen finden.

Hat ihnen das Buch gefallen ?

Eine einfache Bitte

Unsere Bücher existieren dank der Rezensionen, die sie veröffentlichen. Können sie uns helfen indem sie jetzt eine Meinung hinterlassen ?

Hier ist ein kurzer Link, der Sie zu ihrer Bewertungsseite führt

BestBooksActivity.com/Rezension50

MONSTER HERAUSFÖRDERUNGEN !

Herausförderung 1

Bereit für ihr Bonusspiel? Wir verwenden sie ständig, aber sie sind nicht einfach zu finden. Es sind die Synonyme !

Notieren sie 5 Wörter, die sie in den untenstehenden Rätseln (Nummer 21, 36 und 76) entdeckt haben und versuchen sie für jedes Wort 2 Synonyme zu finden .

Notieren sie 5 Wörter aus **Rätsel 21**

Wörter	Synonym 1	Synonym 2

Notieren sie 5 Wörter aus **Rätsel 36**

Wörter	Synonym 1	Synonym 2

Notieren sie 5 Wörter aus **Rätsel 76**

Wörter	Synonym 1	Synonym 2

Herausförderung 2

Jetzt, wo sie warm sind, notieren sie 5 Wörter, die sie in jedem der untenaufgeführten Rätseln entdeckt haben (Nummer 9, 17 und 25) und versuchen sie für jedes Wort 2 Antonyme zu finden. Wie viele davon können sie binnen 20 Minuten finden ?

Notieren sie 5 Wörter aus **Rätsel 9**

Wörter	Antonym 1	Antonym 2

Notieren sie 5 Wörter aus **Rätsel 17**

Wörter	Antonym 1	Antonym 2

Notieren sie 5 Wörter aus **Rätsel 25**

Wörter	Antonym 1	Antonym 2

Herausförderung 3

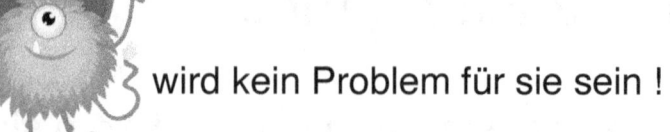

Wunderbar, diese Monster Herausförderung wird kein Problem für sie sein !

Bereit für die letzte Herausförderung? Wählen sie ihre 10 Lieblingswörter aus, die sie in einem Rätsel entdeckt haben und notieren sie sie unten.

1.	6.
2.	7.
3.	8.
4.	9.
5.	10.

Die Aufgabe besteht nun darin mit diesen Wörtern und in maximal sechs Sätzen einen Text herzustellen über eine Person, ein Tier oder ein Ort den sie lieben !

Tipp : sie können die letzten leeren Seiten dieses Buches als Entwurf verwenden

Ihr Schreiben :

NOTIZBUCH :

AUF BALDIGES WIEDERSEHEN !

Linguas Classics